ச. தமிழ்ச்செல்வன்

வெயிலோடு போய்...

காலச்சுவடு பதிப்பகம்

● அன்பார்ந்த வாசகருக்கு,

வணக்கம்.

காலச்சுவடு நூலை வாங்கியமைக்கு நன்றி.

நூலின் உள்ளடக்கம், உருவாக்கம், அட்டைப்படம் இன்ன பிற அம்சங்கள் பற்றிய உங்கள் கருத்துகளையும் ஆலோசனைகளையும் காலச்சுவடு வரவேற்கிறது. தகவல், எழுத்து, வாக்கியப் பிழைகள் தென்பட்டால் அவசியம் தெரிவித்து உதவுங்கள். நூல் தயாரிப்பில் கடும் குறைபாடு இருப்பின் மாற்றுப் பிரதி உங்களுக்குக் கிடைக்கக் காலச்சுவடு ஏற்பாடு செய்யும்.

மின்னஞ்சல்: publisher@kalachuvadu.com

காலச்சுவடு நாகர்கோவில் அலுவலகத்திற்குக் கடிதம் அனுப்பலாம்.

தங்கள்
எஸ்.ஆர். சுந்தரம் (கண்ணன்)
பதிப்பாளர் — நிர்வாக இயக்குநர்

வெயிலோடு போய்... ❖ சிறுகதைகள் ❖ ஆசிரியர்: ச. தமிழ்ச்செல்வன் ❖ © ச. தமிழ்ச்செல்வன் ❖ முதல் பதிப்பு: டிசம்பர் 1985 ❖ காலச்சுவடு முதல் (குறும்) பதிப்பு: டிசம்பர் 2017, ஐந்தாம் பதிப்பு: செப்டம்பர் 2024 ❖ வெளியீடு: காலச்சுவடு பப்ளிகேஷன்ஸ் (பி) லிட்., 669, கே.பி. சாலை, நாகர்கோவில் 629001

veyilooTu pooy ❖ Short Stories ❖ Author: Sa. Tamil Selvan ❖ © Sa. Tamil Selvan ❖ Language: Tamil ❖ First Edition: December 1985 ❖ Kalachuvadu First (Short) Edition: December 2017, Fifth Edition: September 2024 ❖ Size: Demy 1 x 8 ❖ Paper: 18.6 kg maplitho ❖ Pages: 104

Published by Kalachuvadu Publications Pvt. Ltd., 669 K.P. Road, Nagercoil 629001, India ❖ Phone: 91-4652-278525 ❖ e-mail: publications@kalachuvadu.com ❖ Printed at Real Impact Solutions, No. 12, 3rd Street, East Abiramapuram, Mylapore, Chennai 600 004

ISBN: 978-93-86820-24-2

09/2024/S.No. 804, kcp 5301, 18.6 (5) uss

பொருளடக்கம்

பாவனைகள்	9
அசோகவனங்கள்	17
வெயிலோடு போய் . . .	23
மீடியம்	30
கருப்பசாமியின் அய்யா	36
அந்நியம்	45
பொன்ராசின் காதல்	52
வார்த்தை	59
பிரக்ஞை	65
வேறு ஊர்	71
அப்பாவின் பிள்ளைகள்	77
சுப்புத்தாய்	84
குரல்கள்	88
26ஆம் பக்கத்து மடிப்பு	94

பாவனைகள்

குதிங்காலிட்டு உட்கார்ந்தான். சப்பணமிட்டு அமர்ந்து பார்த்தான். ஒரு காலை சப்பணமிட்டு ஒரு காலை நீட்டி – இப்படியும் அப்படியுமாய் உட்கார்ந்து பார்த்தான். ம்கூம். எப்படி உட்கார்ந்தாலும் – பசித்தது.

குதிங்காலிட்டு வயிற்றில் முழங்கால்கள் அழுந்த உட்கார்வதில்தான் கொஞ்சம் பசியும் வலியும் தெரியாமலிருந்தது. ஒட்டவேண்டிய தீப்பெட்டிக் கட்டுகள் இன்னும் ரெண்டேதான் இருந்தது. இந்த ரெண்டையும் ஒட்டி முடிச்சுட்டா கையைக் கழுவிறலாம். பிறகு, 'ராக்கட்டு' சாப்பிட்ட பிறகு உட்கார்ந்தா முடிச்சிறலாம். இதில் ஒரு கட்டு ஒட்டி முடிக்கு முன்னமே மாலை வெளிச்சம் மங்கிவிடும் போலிருந்தது. விளக்கைத் துடைத்துப் பொருத்தணும். இருட்டி விட்டாலும்கூட வேலை முடியப் போகிற சிறு சந்தோஷத்திலும் உற்சாகத்திலும் கொஞ்ச நேரம் உட்கார்ந்து ஒட்டிக் கொண்டிருக்கலாம் என்றாலும் அய்யா வந்துவிட்டால் "வெளக்கைப் பொருத்தி வச்சிட்டு வேலையப் பாரு மூதி, மூதேவி வந்து அடையப் போட்ருக்க" என்று சத்தம் போடும். அய்யா, வேலை முடிஞ்சி வீட்டுக்கு வரும்போது விளக்கெல்லாம் துடைத்து ஏற்றியிருக்கணும். குளிக்கப் பானையில் தண்ணி இருக்கணும். சோறு பொங்கி ரெடியா இருக்கணும். இல்லாட்டா வசவுதான். யார் இருந்தாலும் சரி.

ஆனால், அய்யா வருமுன்னே அம்மா வந்து விடுவாள். அவளே விளக்கைத் துடைச்சு ஏத்தட்டும். ராத்திரிக்கு ஒட்ட அம்மா எத்தனை கட்டு வாங்கிட்டு வாராளோ ... என்றைக்கும்போல

இருவத்தி ஒண்ணு வாங்கிட்டு வந்தாளானால், இன்னைக்கும் படுக்க பன்னிரண்டு மணிக்கு மேலே ஆயிரும். நேத்து ஓட்டி முடியும்போது அம்மா சொல்லி வந்த கதை பாதியிலேயே நின்றுவிட்டது. அந்த அரக்கன் தன் உயிர் நிலையை எங்குதான் வைத்திருப்பான்? இன்றைக்குச் சாப்பிட்டு முடிந்து ராக்கட்டு ஓட்ட ஆரம்பிக்கவுமே அம்மாவை கதையை ஆரம்பிக்கச் சொல்லணும்.

தெருவில் விளையாடி முடித்த குட்டித் தம்பி வீட்டுக்கு ஓடி வந்தான். அடுக்களை வரை வேகமாய் ஓடி அம்மாவைக் காணாமல் கொஞ்சம் நின்று திகைத்து பின் திரும்பி ஒட்டிக்கொண்டிருந்த இவனருகில் வந்து நின்று “க்கும் . . . க்கும் . . .” என்று மெல்லச் சிணுங்கினான். அரைஞாண் கயிற்றோடு அம்மணமாய் நின்ற அவன் மேலேல்லாம் தெருப்புழுதி. அவன் ‘சிணுங்கல் பாஷை’ இவனுக்குப் புரிந்தது.

“என்னலே . . . பசிக்கா . . .”

“ம் ம்க்கும்”

“சித்த இரு . . . அம்மா இப்ப வந்துருவா . . .”

இந்த பதில் போதுமானதாயில்லை.

அவன் மீண்டும் கொஞ்சம் பெரிதாகவே – சிணுங்க ஆரம்பித்தான். அது ஒரு பெரிய அழுகைக்கு முஸ்தீபு. இது அவனுக்குச் சாப்பாட்டு நேரம். விளையாடிக் கொண்டிருந்த பிள்ளைகள் எல்லோரும் “அவுக அவுக வீட்லே போயி அவரைக்காய்க் கஞ்சி குடிச்சிட்டு வாங்க” என்று கோரஸ் பாடி விளையாட்டுக்கு ‘இடைவேளை’ விட்டிருக்கும் நேரம் இது. அங்கிருந்து வேகமாய் ஓடி வந்து சோற்றில் விழுந்து எழுந்து மறுபடி போய் தெருவிளக்கு அடியில் ஆட்டம் போட வேண்டும்.

இன்னும் அம்மாவையே காணோம்.

ஒட்டிக் கொண்டிருந்த இவன் எழுந்து நின்று உடம்பை முறுக்கி ‘ங்ங்ங்க் . . .’ என்று சோம்பல் முறித்தான். லேசாய் அவிழ்ந்திருந்த பித்தானில்லாத டவுசரை கொஞ்சம் இறுக்கி முடித்து வயிற்றில் செருகினான். தம்பி இன்னும் அழுது கொண்டுதான் இருந்தான். இந்நேரம் அம்மா மட்டும் வீட்டில் இருந்தாளென்றால் பெரிய ஒப்பாரியே வைத்திருப்பான்.

“அழாதடா . . .” என்று சொல்லி தம்பியை ஆதரவாய் அணைத்தபடி உள்ளே அழைத்துச் சென்றான்.

உள்ளே இருள் மண்டிக்கிடந்தது. ஒன்றும் தெரியவில்லை தெளிவாய். ஏதாச்சும் தின்பதற்கு லாயக்காய் இருக்கிறதாவென்று தேடிப்பார்த்தான். சட்டிகள், டப்பாக்கள், டின்களில் துழாவினான். ஒரு டின்னில் கொஞ்சம் அரிசி கிடந்தது. ஒரு கை அள்ளி தம்பியின் வாயில்போட்டு "இதத் தின்னுகிட்டே சித்த நேரம் வெளாடிட்டு வா ... அதுக்குள்ளே அம்ம வந்துருவா ..." என்று சொல்லி முதுகில் தட்டினான்.

அவனும் 'சரி இவனிடம் அழுது லாபமில்லை' என்று முடிவு செய்து வெளியே ஓடினான்.

தானும் ஒருகை அரிசியை அள்ளி வாயில் போட்டுக் கொண்டு ஒரு பக்கமாய் ஒதுக்கியபடி திரும்ப வந்து ஒட்ட உட்கார்ந்தான். சும்மா அரிசியைத் தின்னா வாய்ப்புண் வரும் என்று அம்மா சொல்வாள். தினமும் தின்னாத்தானே.

முழங்கால் மூட்டில் வலி, மடக்க முடியாமல், இதுக்குத்தான் ஒரேயடியாக ஒட்டி முடிச்சிட்டு எழுந்திருக்கணும்கிறது. ஒரு தடவை லேசாய் இடையில் சோம்பல் முறிச்சுட்டாபிறகு உடம்பு 'மக்கர்' பண்ண ஆரம்பிச்சுரும். தீப்பெட்டித் தாள் ரொம்ப சொர சொரப்பாயிருந்தது. பசையை இழுக்கு முன்னே விரலோடு வந்தது. எரிச்சல். தாள் 'வழவழ'வென்று இருந்தால்தான் ஒட்டுறதுக்கும் வேகம் வரும். இடையிலே ரெண்டு கட்டு இப்படி மட்டமான தாள் இருந்துட்டா கேட்க வேண்டாம். எரிச்சல் எரிச்சலா வரும்.

வாயில் ஒதுக்கியிருந்த அரிசி ஊறிப்போய் மெல்வதற்கு வாகாய் ஆகியிருந்தது. கொஞ்சம் கொஞ்சமாய் மெல்ல ஆரம்பிக்கவும் சுகமாய் சுவையாய் இருந்தது. அந்தச் சுவை தந்த வேகத்திலேயே தீப்பெட்டிகளை ஒட்டி எறிய ஆரம்பித்தான்.

அம்மாவை என்ன இன்னும் காணோம். ராக்கட்டு வாங்கிக் கொண்டு வழியில் அப்படியே கடைக்கும் போயிருப்பாளோ ... வீட்டின் சிறு ஜன்னல் வழியே தெருவிளக்கின் வெளிச்சம் சதுரமாய் இவன் பக்கத்தில் வந்து விழுந்தது. பசைப்பலகை மீது வெளிச்சம் படுமாறு நகர்ந்து உட்கார்ந்துகொண்டான்.

வாசலில் அம்மா வந்து நின்றாள். பெட்டியை இறக்கி வைத்துவிட்டு அவசரமாய் உள்ளே நுழைந்தாள்.

"அய்யா வந்துருச்சாடா"

"இல்லம்மா ... எத்தனை கட்டு வாங்கியாந்த ..."

"அந்த எடுபட்டபய இன்னைக்கு பதினாலு கட்டுக்கு மேல தரமாட்டேனுட்டான் ..."

“பசைக்கு மாவு என்னம்மா முக்கா டப்பாதான் இருக்கு...”

“ஆம... அவன்தான் மாவை தங்கத்தை நிறுக்கிற மாதிரியல்ல நிறுத்துப் போடுறான் ... தம்பி வந்தானா ...”

“பசிக்குதுன்னு வந்தான். இம்புட்டு அரிசியைக் குடுத்து வெளயாட அனுப்பினேன் ...”

“சரி சரி. வெளாடிட்டு வரட்டும். நீ சட்டுன்னு ஒட்டிட்டு எந்தி. நான் உலையை வைக்கேன்.”

உலை கொதித்துக் கொண்டிருந்தது.

அம்மா அம்மியில் அரைத்துக் கொண்டிருந்தாள். கையை கழுவிய பிறகும் விரலில் சிக்கென ஒட்டியிருந்த பசையை நகத்தால் சுரண்டிப் பிய்த்துக் கொண்டிருந்தான். அய்யா ரொம்ப அவசரமாய் வந்தார்.

“என்னடி இன்னும் சோறாக்கலையா”

“மத்தியானம் ஒட்டி முடிக்க கொஞ்சம் சுணங்கிப் போச்சு. அதனாலே சாயந்திரம் தீப்பெட்டி ஆபீஸ் போயிட்டுவர தாமதிச்சுப் போச்சு ... நீங்க குளிங்களேன், அதுககுள்ளே வடிச்சிர்றேன்.”

“குளிக்கல்லாம் நேரமில்லடி ... இப்பப் போகணும் ... இன்னைக்கு ராவேலை இருக்கு ...”

அவசர அவசரமாய் கைகால் அலம்பி ரெண்டு டம்ளர் நீச்சத் தண்ணியைக் குடித்துவிட்டு “சோத்தப் பொங்கி பயகிட்ட குடுத்துவிடு, வாரேன் ...” என்று சொல்லிவிட்டு வேகமாகப் போனார்.

பசையைப் பிய்த்துக்கொண்டிருந்த இவனுக்கு சந்தோஷம். அய்யா வேலைப் பார்க்கிற அந்த ஆயில் மில்லுக்கு போவதென்றாலே இவனுக்குப் படு உற்சாகம்தான். இந்த தீப்பெட்டித் தாள்கள், பசை, அட்டைகளின் நெடியிலேயே மூழ்கிச் சலித்துப் போன மூக்கு வித்தியாசமான எண்ணெய், கடலை, புண்ணாக்கு மணத்தில் சந்தோஷம் கொள்ளும். தூக்கு வாளியில் கொண்டு போன சோற்றை அய்யா சாப்பிட்டு முடிக்கிற வரைக்கும் மலை போல குவிந்து கிடக்கும் புண்ணாக்கு, கடல்போல சிமிட்டித் தளத்தில் விரித்துக் கிடக்கும் வேர்க்கடலைப்பருப்பு, தூரத்தில் ஆபீஸுக்குள் அழகாக சிகப்பு டெலிபோன், வாசலில் நிற்கும் அழகான குட்டி பிளஷர் கார் எல்லாத்தையும் பார்த்துக் கொண்டேயிருக்கலாம். நேரம் போறதே தெரியாது. பிறகு திரும்பி வரும்போது தெரியாமல்

அய்யா எடுத்துக் கொடுக்கும் கடலைப் புண்ணாக்கு அல்லது எள்ளுப் புண்ணாக்கை வாயில் குதப்பிக்கொண்டு ஜாலியாக தூக்குவாளிக்குள்ளே தம்பிக்காகவும் கொஞ்சம் புண்ணாக்கை ஒளித்துக் கொண்டுவரலாம். ஆனால் என்ன ... ஒரு கஷ்டம். போய் திரும்பி வந்து ராக்கட்டு ஓட்டி முடிக்க நேரமாகும்.

"ஏதே... ரெண்டு விறகு எடுத்துட்டுவா..." அடுப்பருகேயிருந்து அம்மா குரல் கொடுத்தாள்.

வாசலில் ஓரமாய் கட்டிக் கிடந்த வேலி முள் விறகில் ரெண்டு குச்சியை உருவினான். உருவிய வேகத்தில் சிறுமுள் விரலில் குத்தியது. ச்சி . . . என்று எரிச்சலுடன் விறகை எறிந்துவிட்டு விரலை வாயில் வைத்து சப்பினான். அம்மா மறுபடி குரல் கொடுத்தாள்.

"ஆம ... இவளுக்கு வேறவேலையில்லை ... வேணுமின்னா வந்து எடுத்துக்கிட்டுப் போயேன் . . ."

கோபம் வந்தது. தெருக்கோடியில் 'டைண் டைண்' என்ற மணியடிக்கிற சத்தம் கேட்டது.

ஆமா. இது அந்த மிக்சர் வண்டியோட சத்தம்தான். அவனுக்கு நல்லாத் தெரியும். அந்த மணிச்சத்தம் இல்லாட்டாலும் கூட அந்த வண்டியின் சக்கர டயர்கள் மண்ணில் "நெறுநெறு"வென்று உராய்கிற சத்தத்தை வைத்தே கூடச் சொல்லிவிடுவான். மணிச் சத்தம் கேட்டதும் டவுசரைக் கையால் பிடித்துக் கொண்டு தெருவுக்கு வேகமாய் ஓடினான். 'ஏ . . .மூதி' . . . என்று அம்மா அலறியதுகூட செவியில் விழவில்லை.

அந்தத் தெருவைச் சேர்ந்த இவனைப் போன்ற இவன் தம்பியைப் போன்ற இன்னும் நிறையச் சிறுவர்கள் அரைகுறை ஆடையோடும் அம்மணமாயும் 'ஹைய்ய்...' என்ற கூப்பாட்டுடன் மிக்சர் வண்டியை நோக்கி ஓடினர். தினமும் இந்நேரம் இந்தத் தெருவில் நுழைகிற அந்த வண்டியை தெருக்கோடியிலேயே வரவேற்று அதனோடு கூடவே நகர்ந்து அந்தக் கோடி வரை சென்று வழியனுப்புவார்கள் அந்தச் சிறுவர்கள்.

நாலு சக்கர தள்ளுவண்டி. வகை வகையான பண்டங்கள். அழகழகாய் அடுக்கியிருக்கும். சுற்றிலும் கண்ணாடி அடைத்திருக்கும். உள்ளே எரியும் பெட்ரோமாக்ஸ் விளக்கொளியில் பண்டங்களெல்லாம் கண்ணாடி வழியே வெளித் தெரியும். தேர்போல மெல்ல நின்று அசைந்து நகரும்.

"டேய் இன்னைக்கு பதினெட்டு ஜிலேபி தாண்டா இருக்கு . . . நாலு வித்துப்போச்சுடா . . ."

“ஆமா யாருடா ஜிலேபி வாங்கியிருப்பாக . . .”

“தட்சிணாமூர்த்தி தெருவிலே யாராச்சும் வாங்கியிருப்பாக . . .”

“ஜிலேபியிலிருந்து என்னமோ வடிஞ்சிக்கிட்டிருக்கே என்னடா அது . . .”

“அதா, அது, தேன் . . .”

“ஏ . . . இவனைப்பாரு . . . தேனாம் . . . அது நெய்யிடா . . .”

“போடா இவனே . . . நெய்யாம் நெய் செகப்பாவாடா இருக்கும் . . .”

“மாவு, சீனி, கலர்ப்பொடியெல்லாம் போட்டா சிகப்பா ஆகாதோ . . .”

“ஆம . . . இவங் கண்டான் . . .”

“நீ கண்டியோ . . .”

“ஏ . . . தூரப் போங்கலே . . . மூதிகளா . . .” என்று வண்டிக்காரன் விரட்டினான். பிள்ளைகள் வண்டியை விட்டுத் தள்ளி இரண்டடி போய் இரு பக்கமுமாய் முற்றுகையிட்டதுபோல கூடவே நகர்ந்தனர்.

“ஏ . . . இடிக்காதமே . . . தள்ளாதடி . . . எங்கம்மாட்ட சொல்லிருவேன் . . .”

ஒரு பையன் திடீரென சத்தமாய் ‘ஓரம்போ ஓரம்போ . . .’ என்று ஆடிக்குதித்தபடி பாட ஆரம்பித்தான். எல்லாப் பிள்ளைகளும் சிரித்தன. நாலைந்து பேர் கூடச் சேர்ந்து பாடி ஆடினார்கள். எல்லாருடைய முகத்திலும் சிரிப்பு. சந்தோஷம்.

யாரோ ஏதோ பண்டம் வாங்கினார்கள். வண்டி நின்றது. நின்றதும் பிள்ளைகள் வண்டியுடன் ஒட்டிக் கொள்வதுபோல நெருங்கி இடித்துக்கொண்டு நின்றார்கள். அவரவர்களுக்குப் பிரியமான பண்டத்தை கண்ணாடி வழியே பார்த்தபடி. ஒருத்தன் மணியை இழுத்து ‘டைண்’ என்று ஒரு அடி அடித்தான். சத்தமாய் சிரிப்பு கிளம்பியது.

கண்ணாடிக்கு வெளியே தெரிகிற லட்டுக்கு நேராய் ஒருத்தன் கையை நீட்டி ஒரு லட்டை எடுப்பதுபோல பாவனை செய்து வாயைப் பெரிசாகத் திறந்து லட்டை உள்ளே திணிப்பது போலக் காட்டி “ஞ் . . . ஞ்ம் . . . ஞ்ஞும் . . . ஞ்ம் . . .” என்று சத்தமிட்டு மெல்லுவதாகப் பாவனை செய்தான். எல்லோரும் உரக்கச் சிரித்தார்கள். மென்று முடித்து விழுங்வதுபோல கழுத்தை ஆட்டி எச்சிலை விழுங்கிவிட்டு அவனும் பலமாய்ச் சிரித்தான்.

அவ்வளவுதான் எல்லாப் பிள்ளைகளும் ஆள் ஆளுக்கு கையை நீட்டி அவரவர்களுக்குப் பிரியமான பண்டத்தை லட்டு, அல்வா, ஜிலேபி என்று வாயில் எடுத்து போடுவதுபோல பாவனை பண்ணி மெல்ல ஆரம்பித்தார்கள். “ஞ்ஞும் . . . ஞ்ஞும் . . . ஞ்ஞும் . . .” என்ற சத்தம் பெருங்கூப்பாடாய்க் கிளம்பியது. ஒருத்தரை ஒருத்தர் பார்த்துச் சிரித்துக்கொண்டார்கள்.

இவனது குட்டித் தம்பியும் அவனைப் போல சில சிறு குழந்தைகளும் கையை உயர்த்தி நீட்டியும் பண்டத்துக்கு நேராய் எட்டுகிற அளவுக்கு உயரவில்லை. காலை எக்கி எக்கி எப்படியாவது தாங்களும் மற்றவர்களைப் போல செய்துவிட வேண்டுமென பிரயத்தனம் பண்ணிக்கொண்டிருந்தார்கள். இதில் முயன்று சலித்துப்போன ஒரு சிறுவன் எம்பிக் குதித்து லட்டைப் பிடித்தான். அவசரத்தில் கண்ணாடியில் கை பலமாய்ப் பட்டு ‘டப்’ என்று சத்தம் வந்தது.

வந்ததே கோபம் வண்டிக்காரனுக்கு. “நானும் பார்த்துகிட்டு இருக்கேன் கழுதைக . . .” என்றபடி கையை ஓங்கிக்கொண்டு இவர்களை அடிக்க வருகிறவன்போல வந்தான்.

‘ஹே . . .’ என்று கத்தியபடி பிள்ளைகள் சிதறி ஓடினார்கள். இவனது குட்டித் தம்பி மட்டும் வண்டிக்காரன் கையில் அகப்பட்டுக் கொண்டான். அவன் காதைப் பிடித்துத் திருகினான். அழக் கூடத் தோன்றாமல் தம்பி திகைத்து நின்றான்.

கூட்டத்தோடு சிதறிய இவன், தம்பி அகப்பட்டுவிட்டதைக் கண்டு மீண்டும் ஓடிவந்தான். “யோவ் . . . விடுய்யா என் தம்பியை . . .”

வண்டிக்காரன் இவன் மண்டையிலும் ரெண்டு தட்டுத் தட்டினான். “ஆள் எம்புட்டுக்கானு இருந்துகிட்டு யோவ் . . . போட்டா பேசுறே . . . ஓடுங்கடா . . .” என்று இருவரையும் விரட்டி விட்டான்.

தம்பியோடு கொஞ்சதூரம் ஓடி, நின்று, பின் திரும்பி, வண்டிக்காரனைப் பார்த்து பலமாய் “போடா . . .” என்று கத்திவிட்டு தம்பியை இழுத்துக்கொண்டு திரும்பிப் பாராமல் வீட்டுக்கு ஓடினான்.

அம்மா சோற்றை வடித்துக்கொண்டிருந்தாள். தம்பி அம்மாவிடம் ஓடி அவள் முதுகைப் பற்றியபடி பெரியதாகச் சிணுங்க ஆரம்பித்தான்.

“சித்த பொறுத்துக்கடா என் கண்ணுல்ல . . .”

அம்மா சமாதானப்படுத்த ஆரம்பிக்கவும் இவன் இன்னும் பெரிசாய் சிணுங்கலானான். “சொன்னாக் கேளு” என்று

உருட்டினாள் அம்மா. தம்பி பிறகும் அடங்காமல் சிணுங்கியபடி அம்மாவின் சேலையைப் பிடித்து இழுத்தான். "என்ன . . . சொல்லிக்கிட்டே இருக்கேன் . . . சோகத்தை வடிக்கமுன்ன என்ன உனக்கு . . ." என்றபடி அவன் முதுகில் ஒன்று வைத்தாள்.

உடனே "வீலென்று" அலறியபடி வாசலுக்கு ஓடி கீழே விழுந்து புரண்டு புரண்டு அழுதான். கொஞ்ச நேரம் புரண்டும் தேற்றுவதற்கு யாரும் வராதது கண்டு எழுந்து உட்கார்ந்து அழத்துவங்கினான்.

அதுவரைப் பார்த்துக்கொண்டிருந்த இவன், தம்பியிடம் போய் "அழாதேடா . . . அய்யாகிட்ட சொல்லிருவோம் . . ."

" . . . ."

"நாளைக்கு அய்யாகிட்ட சொல்லி அல்வா வாங்கித் திம்போம் அழுகாதே . . ."

அல்வாவைச் சொன்னதும் ஒரு கணம் அழுகையை நிறுத்தினான். வயிற்றுக் கடுப்பு வந்து ரத்தமும் சலமுமாய் ஒரு தடவை போனபோது இவனுக்கு அய்யா அல்வா வாங்கிக் கொடுத்தார். அந்த சுவையை கொஞ்சம் நினைத்துப் பார்த்தான். மிக்சர் வண்டிக்குள் அகலத் தட்டில் இருந்த அல்வா நினைவுக்கு வந்தது. தொடர்ந்து வண்டிக்காரனிடம் சற்றுமுன் தனியாக அகப்பட்டுக் கொண்டது நினைப்பில் வந்தது. அதை நினைத்ததும் மீண்டும் அழத் தொடங்கினான்.

"டேய் . . . அழாதடா . . . அழாதே . . . இப்ப நான் அய்யாவுக்கு சோறு கொண்டுட்டுப் போவம்ல்ல அப்ப வரும்போது உனக்கு திங்க எள்ளுப்புண்ணாக்கு கொண்டாரேன் . . . என்ன"

இதைச் சொன்னதும் மீண்டும் அழுகையை நிறுத்தினான். அல்வாவை நம்புவதைவிட புண்ணாக்கை நம்பலாம். இது நிச்சயம் கிடைக்கும். அண்ணனால் இதைக் கொண்டு வர முடியும்.

ஆனால் உடனே அழுகையை நிறுத்தவா . . . வேண்டாம். அம்மா வந்து சமாதானப்படுத்தட்டுமே. அவதானே அடிச்சா.

மீண்டும் அழ ஆரம்பித்தான். ஆனால் சுருதி குறைந்திருந்தது.

(ஆகஸ்ட், 1980)

அசோகவனங்கள்

"மாரியம்மா... ஏ... மாரியம்மா... ஏட்டீ மாரி..."

கோமதி கதவை உடைத்துக் கொண்டிருந்தாள். எங்கோ ஒருநாய் குரைத்துக் கொண்டிருந்தது. "கீச் . . . கீச்" என்று ஏதோ பூச்சிகள் ஒலி எழுப்பிக் கொண்டிருந்தன. இன்னும் விடியவில்லை. பின்னிரவின் அந்திமப்பொழுது.

எங்கோ ஆழத்தில் லேசாய் கச்சேரி மேளம் ஒலித்துக்கொண்டிருந்தது. வரவர அதுவே பெரிசாகி இடியோசையாகிவிட – கனவும் தூக்கமும் சடாரெனக் கலையமேளம் அல்ல கதவு – தட்டுவது கோமதி எனத் தெரிந்து, "விடிஞ்சு போச்சோ" என ஒரு கணம் பதறி எழுந்தாள் மாரியம்மாள்.

கதவைத் திறந்து கோமதியைச் 'சித்த இரு'க்கச் சொல்லிவிட்டு 'மளமள'வென்று உள்ளே வந்து சாணிச்சட்டியில் தண்ணி எடுத்துக்கொண்டு வெளியே வந்து வாசல் ஓரம் உருட்டிப் போட்டிருந்த சாணி உருண்டைகளை சட்டி நீரில் கரைத்து 'சளப்ச்சளப்'பென்று வாசலில் வேகமாய்த் தெளித்து சட்டியை வாசல் படியோரம் கவிழ்த்துவிட்டு கோமதியோடு ஓடைப்பக்கம் விரைந்தாள்.

இன்னும் சற்று நேரத்தில் பிரியப் போகிற உறக்கத்தை ரொம்ப இறுக்கமாகக் கட்டிக்கொண்டு மயங்கிக் கிடந்தது ஊர். சில வீடுகளில் மட்டும் சாணித் தண்ணி தெளிக்கும் சத்தம் 'வெளியே' போய்க்கொண்டிருந்த இவர்கள் செவிகளில் விழுந்தது.

“சீக்கிரம் ... நேரமாச்சு ... நேரமாச்சு” என்று பரபரத்தாள் கோமதி. என்னைக்குமே இந்தக் கழுதை இப்படித்தான். ஒரு காரியத்தையும் ஆற அமர செய்யவிடமாட்டாள்.

ஆளுக்கு முந்தி வேலையை முடிச்சிட்டு அடுத்தவளை செய்யவிடாமல் அவசரப்படுத்துவாள். கழுதை.

தீபத்தைக் கொளுத்தி கையிலெடுத்துக்கொண்டு அடுப்பாங்கரைக்கு விரைந்தாள் மாரி. ஆத்தாளும் அண்ணனும் அசந்து தூங்கிக்கொண்டிருந்தார்கள். அவசர அவசரமாய் அடுப்புச் சாம்பலை அள்ளி வெளியே குப்பையில் தட்டி, விடிந்தால் வெள்ளிக்கிழமையானதால் கொஞ்சம் சாணியைக் கரைத்து அடுப்பை மெழுகி கோலப்பொடியால் ரெண்டு கோடு மேலே இழுத்துவிட்டு அங்கணத்தில் கிடந்த சோத்துப் பானை, நாலைந்து அகப்பை கரண்டிகள், எச்சில் தட்டுகளை சாம்பலால் இரண்டு அவசர தேய்ப்பு தேய்த்து கழுவி தன்னுடைய எவர்சில்வர் தூக்கு வாளியை மட்டும் அவசரமில்லாமல் நிதானமாக பிரியத்தோடு தேய்த்து விளக்கி கழுவி முடித்து சாம்பலால் பல் தேய்த்து சுத்தமாய் கழுவிக் கொப்பளித்தாள்.

மாடாக்குழியில் வைத்திருந்தி சோப்பு டாப்பாவை எடுத்து வந்து கை, கால், மூஞ்சியெல்லாம் சோப்புப் போட்டு கழுவி சேலை முந்தானையால் துடைத்துக் கொண்டு மாடாக்குழிக்கு மேலே ஆணியில் தொங்கிய சிறு கண்ணாடியில் விளக்கொளியில் முகம் பார்த்து, கட்டிய ரிப்பனை அவிழ்க்காமல் சீப்பால் அப்படியே தலைவாரி தன் டவுண் மச்சான் தங்கராசை மனசில் வரித்தபடி முகத்துக்கு பவுடர் பூசி – கொஞ்சமாக டவுண் பிள்ளைகளைப் போல நறுவிசாக விபூதி பூசி, சிறு பொட்டு வைத்ததும் அவளுக்கே அவள் ரொம்ப அழகாய்ப் பட்டாள். மனசுள் மறுபடியும் தங்கராசை நினைத்துச் சிரித்துக்கொண்டாள். திடீரென நேரமாவது உறைத்தது.

சோத்துப்பானையைத் திறந்து கட்டியாக இரண்டு கை கம்பஞ்சோற்றை எடுத்து தட்டில் வைத்தாள். பசு வெண்ணெய்போல சோறு பிசுபிசுத்தது கையில். குப்பென்று அடுப்பாங்கரை முழுசும் கம்பஞ்சோற்று வாசம் நிறைந்தது. திடீரென கம்பஞ் சோற்றின் மீது அளவு கடந்த பிரியமும் ஆசையும் வந்தது. வெறும் சோறாய் நாலு வாய் கட்டியாக விழுங்கினாள். தொண்டையில் நிற்காமல் அது வழுக்கிக்கொண்டு ஓடியது. ஊறுகாய்ச்சட்டியிலிருந்து சாறாக கொஞ்சம் தட்டில் ஊற்றிக்கொண்டு நயம் உளுந்தங்களியை நெய்யில் தொடுவதுபோல ஊறுகாய்ச் சாற்றைத் தொட்டுக்கொண்டு தட்டிலிருந்த சோற்றை விண்டு விண்டு விழுங்கினாள். சாப்பிட்டு

கை கழுவியபோது "ப்ப பப்ய்ய்ங்..." என்று விடாமல் அலறியபடி ரோட்டில் பஸ் வருகிற சத்தம் கேட்டது. உடல் முழுக்க ஒரு அவசரம் தொற்றிக்கொண்டது. ராத்திரி அண்ணனுக்குப் பொங்கிய அரிசிச் சோற்றில் மீந்து வைத்திருந்ததில் நீச்சத் தண்ணியும் பருக்கையுமாக ரெண்டு கை அள்ளித் தன் எவர்சில்வர் தூக்குவாளியில் ஊற்றிக்கொண்டாள். வாசலில் "மாரீ..." என்று கோமதி அலறினாள். மாரியும் அவசரமாய் வெளியேறி "யாத்தா... போயிட்டாரேன்..." என்று கத்திவிட்டு கோமதியுடன் ரோட்டுக்கு ஓடினாள்.

உறங்கும் ஊரை கூவி எழுப்பி எரிச்சலூட்டிச் கொண்டிருந்தன சேவல்கள். தெளிவில்லாத மனிதக் குரல்கள், மாட்டுக் கதறல்கள், கிணற்றில் வாளிகள் விழுகிற 'டப்' சத்தங்கள், சில காரைவீடுகளில் 'பைப்' அடிக்கிற சத்தங்கள்... இப்படியான சத்தங்களுடன் ஊர் மெல்லச் சோம்பல் முறித்து எழுந்துகொண்டிருந்தது. டவுணிலிருக்கிற தீப்பெட்டிக் கம்பேனிக்குத் தங்களைக் கொண்டு போகிற அந்த முரட்டு பஸ்ஸில் இடித்துக்கொண்டும் நெறித்துக்கொண்டும் ஏறிக்கொண்டிருந்தார்கள் – குழந்தைகள், சிறுவர்கள், பெண்கள், கோமதி – மாரியம்மா...

எல்லோரையும் அடைத்துக்கொண்டு மீண்டும் 'ப்பய்ய்ங் ...' என்று அலறியபடி பஸ் பறந்தது. நெரிசலில் நின்ற மாரி பஸ் குலுக்கலில் ஆடி ஆடி கையிலிருந்த தூக்கு வாளியிலிருந்து நீச்சத் தண்ணி கோடு கோடாய் வடிந்து விடாமல் ரொம்ப கவனமாய் பார்த்துக் கொண்டாள்.

ஒரு நீளமான ஓடுவேய்ந்த ஹாலை தட்டிகளால் ரூம் ரூமாய் தடுத்திருந்தது. ஒவ்வொன்றிலும் தீப்பெட்டி ஒட்டுகிறவர்கள், கட்டை அடுக்குகிறவர்கள், கோமதி மாரியம்மாவைப் போல குச்சி உருவுகிறவர்கள், இன்னும் லேபிள் ஒட்டுகிறவர்கள் எனக் குழந்தைகளும் பெண்களுமாய் சளசளத்துக் கொண்டிருப்பார்கள். எந்நேரமும் பேச்சுத்தான். அப்படி என்னதான் பேசுவாகளோ. அதிலும் இந்தக் கோமதி இருக்காளே... ஆத்தா... பேச்சுன்னா உசிரு அவளுக்கு. கண்ணை உருட்டிக்கிட்டும் கையை ஆட்டிக்கிட்டும் சிரிச்சிக்கிட்டும் வச்சிக்கிட்டும் அவ அடிக்கிற அரட்டை இருக்கே...

பஸ் ஏறி இங்கே வந்து சேர்ந்த உடனே அவளுக்கு எங்கேயிருந்துதான் வருமோ இம்புட்டுச் சந்தோஷமும் சிரிப்பாணியும்! ஆனா அவளச் சொல்ல என்ன இருக்கு? வீட்டிலே அவ ஆத்தாளுக்கு சீக்கு. எல்லாமே படுக்கையிலேதான். வீட்டிலே இருக்கும்போது ஆத்தாளுக்குப் பீ மோத்திரம் அள்ளிப் போடவே (ச் சேய்!) அவளுக்குச் சரியா இருக்கும். அந்தக்

வெயிலோடு போய்...

கஷ்டத்தையெல்லாம் இங்க வந்து பேசிச்சிரித்து கரைக்கிறா போல... இப்படிச் சிந்தனையில் மூழ்கியபடி வேலையில் ஈடுபட்டிருந்தாள் மாரி. அவ எப்பவும் அப்படித்தான். அநாவசியமா பேசவே மாட்டா. வேலையில் ரொம்பச் சூட்டிகை. சில நாட்களில் நாலு ரூபாய்க்கு மேலேயே கூட பெட்டி அடைத்துவிடுவாள். அவ கை தானாகவே கட்டையிலிருந்து குச்சிகளை உருவி பெட்டியில் அடைத்துப் போட்டுக்கொண்டே இருக்கும். மனசுக்குள் சினிமாக் கணக்கா ஏதாச்சும் ஓடிக்கிட்டே இருக்கும்.

சின்னப்புள்ளையிலே ... தங்கராசு கூட அம்மா அப்பா விளையாடின நாளிலேயிலிருந்து அவன் குடும்பத்தோடே டவுனுக்கு படிக்கப் போனபோது இவள் தெருவெல்லாம் புரண்டு கதறி அழுதநாள் வரைக்கும் ஒரு சினிமா. அப்புறம் ஊர்ப்பிள்ளைகளெல்லாம் கம்மாயில கும்மாளம் போட்டுக் குளிக்கையில் "சே ... கண்ட தண்ணியில் குளிச்சா உடம்பு கருத்துப் போயி ... பிறகு தங்கராசு கட்டிக்க மாட்டேன்னு சொல்லிட்டா என்னாகுறது" என்று நித்தம் வீட்டிலேயே குளித்தது முதல் அவள் பெரிய மனுஷியாகி சமைந்து தங்கராசின் நினைப்பிலேயே பல்லாங்குழியும் தாயக்கட்டையும் ஆடியது வரை இன்னொரு சினிமா. அப்புறம் இனிமே கலியாணம் முடிஞ்சு அவனோடு கழியப்போற ஒவ்வொரு நாளும் – இதுதான் அவளுக்கு ரொம்பப் புடிக்கும் – ஒவ்வொரு சினிமாதான். இப்படி பூவிரியிற மாதிரி மனசுக்குள்ள எத்தனை கனா ...

"வேலை பாக்கிற லச்சண மயிரா இது" என்ற கடுமையான குரல் அவள் கனவுகளைக் கலைத்தது. இடுப்பில் கை வைத்தபடி இவளையே முறைத்து நின்று கொண்டிருந்தான், – கணக்கப்பிள்ளை – முதலாளிக்கு மச்சினன் அவன். என்ன தப்பு செய்துவிட்டோம் என்று தெரியாமல் அவனை பயத்துடன் பார்த்தாள் மாரியம்மா.

"ஏய்... மாரியம்மா ஒன்னத்தான கேக்கேன்... மொறைக்கியே என்ன ... இப்படி ஒரு பெட்டியிலே எழுவது குச்சிக்குமேலே அடைக்கியே வெளங்குமா ... நாங்க தொழில் நடத்தவா கம்பெனிய இழுத்து மூடிட்டு திருவோடு ஏந்திட்டு போகவா ..."

அதற்கு மேலும் அவன் இரைந்தது அவள் காதில் விழவில்லை. தவறு புரிந்தது. ஒரு தீப்பெட்டியில் முப்பது குச்சிக்கு மேலே அடைக்கப்படாது என்பது அவர்கள் சட்டம். ஏதோ கவனம் பிசகிவிட்டது. எல்லோரும் பார்க்கிற மாதிரி ரொம்ப அசிங்கமாப் பேசிட்டானே என்று அவளுக்கு அழுகையாய் வந்தது. அடுத்த அறையிலிருந்து கூடப் பிள்ளைகள் வந்து கணக்கன் யாரைத் திட்டுகிறான் என்று பார்த்துவிட்டுப் போகிறார்களே.

“அவ்வளவு பெட்டிகளையும் திருப்பித் தொறந்து அடை. அப்பத்தான் கணக்கிலே சேரும் . . .” என்று கடைசியாகக் குரைத்துவிட்டு நகன்றான். கொஞ்ச நேரம் அந்த அறையில் பேச்சின்றி அமைதி நிலவியது. கோமதி நெளிந்தாள்.

மாரியம்மாள் குனிந்த தலை நிமிரவில்லை. நிமிர்ந்தால் கண்ணீர் உருண்டுவிடுமோவெனப் பயந்தாள்.

“எடு பட்ட பய . . . வாயில கொள்ளிய வைக்க . . . ‘ஏய் மாரியம்மா’ன்னு என்ன அதிகாரமா கூப்பிடுதான். ...கெட்டின பொண்டாட்டியைக் கூப்பிட்டாப்பிலே . . .”

என்று கோமதிதான் முதலில் பேசினாள். அமைதியை கலைத்தாள். கணக்கன் பேசினதைவிட கோமதி சொன்னது மாரியின் நெஞ்சை ரொம்ப அறுத்தது.

‘பொண்டாட்டியைக் கூப்பிட்டாப்பிலே’ என்ற வார்த்தைகள் ஒருகணம் அந்தக் கணக்கப்பிள்ளைக்கு தன்னை பொண்டாட்டியாகவே ஆக்கிவிட்டாற் போலத் தோன்றி அதிர்ந்து அழுகை உடைத்துக்கொண்டு வந்தது. ஒண்ணுக்குப் போகிற மாதிரி கக்கூஸ் பக்கமாய் போய் சித்தநேரம் அழுதுவிட்டு முகத்தை முந்தானையால் துடைத்துக்கொண்டாள். தங்கராசு மனசில் வந்தான். செத்துப்போன தன் அய்யா வந்தார் – இதமாக சிரித்தபடி. பிரியமாய் தலையைக் கோதி விடுகிற ஆத்தா மனசில் வந்தாள். மறுபடி அழுகை உடைந்து உடைந்து வந்தது. கேவினாள். ரொம்ப நேரம் இங்கனயே நின்னா கோமதிக் கழுதை இங்கயே தேடி வந்திரும் என நினைத்து முகத்தை அழுந்தத் துடைத்துக்கொண்டு திரும்பினாள்.

அதுக்கப்புறம் சாயந்திரம் கணக்கப்பிள்ளையிடம் அன்றைய வேலைகளை சிட்டையில் குறித்து – எவ்வளவுக்கு வேலை பார்த்திருக்கிறோம் என்று ஒருத்தருக்கொருத்தர் கேட்டுக் கொள்கிற நேரம் வரை அவள் யாரிடமும் பேசவே இல்லை. மனசில் ஒரு சினிமாவும் ஓடவில்லை. மனசு முழுக்க திகிலும் பயமும், அழுகையும் நிரம்பி இருந்தது.

வேலை முடிந்து திரும்பிப் போக பஸ்ஸுக்காக காத் திருந்தார்கள். ரொம்பவும் களைப்பாக இருந்தது. மாரிக்கு. ரெண்டு ஆள் வேலையை ஒத்தையாகவே செய்து முடித்ததுபோல இருந்தது. குறுக்கெல்லாம் வலித்தது. முதுகுத்தண்டு விண்விண் என்று தெறித்தது. இன்னும் வண்டி வரலை. போயி தண்ணி எடுக்கணும். காட்டு வேலைக்கு போயிட்டு ஆத்தாளும் இந்நேரம்தான் வந்திருப்பா. ஏதாச்சும் குழம்பு கறி வைக்கணும், முதல்லே போனதும் தண்ணி எடுத்து நல்லா வெந்நீர் போட்டு குளிக்கணும். மேலெல்லாம் வலிக்குது.

ஊர் போய் இறங்கியதும் தெரிந்தது. அன்று ஊரில் மழை பெய்திருந்தது. ஈர மண்ணின் மணம் மனசை நிறைத்து சிறு சந்தோஷம் தந்தது. நன்றாக இருட்டி விட்டிருந்தது.

வேலையெல்லாம் முடிந்து வெந்நீரில் அலுப்புத் தீரக் குளித்துவிட்டுச் சாப்பிட்டுப் படுத்தபோது முழங்கால் மூட்டெல்லாம் வலித்தது. நீட்டினாலும் வலி. மடக்கினாலும் வலி. வெளுத்து வந்த ஆத்தாளின் சேலை ஒன்றை இழுத்து தலை முதல் கால்வரை கதகதப்பாகப் போர்த்துக்கொண்டாள். சுகமாக இருந்தது. தங்கராசு சிரித்தான். அவளும் சிரித்தாள். ஏய் . . . மாரியம்மா . . . என்று பொண்டாட்டியைக் கூப்பிடுகிற மாதிரி இடுப்பில் கைவைத்தபடி கணக்குப்பிள்ளை கூப்பிட்டான். உடனே தங்கராசு மறைந்தான். கழுத்தில் மாலையோடு அவள் கணக்கப்பிள்ளையின் பின்னால் போய்க்கொண்டிருந்தாள். நொடியில் மனசெல்லாம் துக்கத்தால் நிறைந்தது. முதுகெல்லாம் வலித்தது. புரண்டு படுத்தாள். மருந்து தடவும் வேலை செய்கிற காளியப்பன் மீசையைக் சொறிந்தபடி இவளையே முறைத்தான். மறுபடி ஏய் . . . மாரியம்மா . . . பொண்டாட்டியைக் கூப்பிடற மாதிரியல்ல கூப்புடறான். ச்சே . . . கூடாத இடத்தில் எங்கோ சிறைப்பட்டு விட்டது போல மனசு துடித்தது. மறுபடி தங்கராசை அழைத்துப் பார்த்தாள். வரவில்லை. அழுகை வருகிற மாதிரி "மூஸ் . . . மூஸ் . . ." என்று பெருமூச்சாய் வந்தது. தங்கராசு வரவில்லை . . . ரொம்ப நேரம் கழித்து, மெல்ல . . . உறக்கம் வந்தது . . .

(நவம்பர், 1979)

வெயிலோடு போய்...

மாரியம்மாளின் ஆத்தாளுக்கு முதலில் திகைப்பாயிருந்தது. இந்த வேகாத வெயில்ல இந்தக் கழுத ஏன் இப்படி தவிச்சுப் போயி ஓடியாந்திருக்கு என்று புரியவில்லை. "ஓம் மாப்பிள்ளை வல்லியாடி" என்று கேட்டதுக்கு 'பொறு பொறு'ங்கிற மாதிரி கையைக் காமிச்சிட்டு விறுவிறுன்னு உள்ளபோயி ரெண்டு செம்பு தண்ணியை கடக்குக் கடக்குன்னு குடிச்சிட்டு 'ஸ் . . . ஆத்தாடி'ன்னு உட்கார்ந்தாள்.

"ஓம் மாப்பிள்ளை வல்லியாடி"

"அவரு... ராத்திரி பொங்க வைக்கிற நேரத்துக்கு வருவாராம். இந்நியேரமே வந்தா அவுக யேவாரம் கெட்டுப் போயிருமாம்."

"சரி . . . அப்பன்னா நீ சித்த வெயில் தாழக் கிளம்பி வாறது ? தீயாப் பொசுக்குற இந்த வெயில்ல ஓடியா ராட்ட என்ன."

"ஆம. அதுசரி . . . பொங்கலுக்கு மச்சான் அவுக வந்திருக்காகளாமில்லை . . ."

ஆத்தாளுக்கு இப்ப விளங்கியது. அவளுடைய மச்சான் ஆத்தாளின் ஒரே தம்பியின் மகன் – தங்கராசு இன்னிக்கி நடக்கிற காளியம்மங்கோயில் பொங்கலுக்காக டவுணிலிருந்து வந்திருக்கான். அது தெரிஞ்சுதான் கழுத இப்படி ஓடியாந்திருக்கு.

"மதியம் கஞ்சி குடிச்சிட்டு கிளம்பினியாட்டி" என்று கேட்டதுக்கு கழுத 'இல்லை'யென்கவும் வைதுகொண்டே ஆத்தா கஞ்சி ஊத்தி முன்னால் வைத்து குடிக்கச் சொன்னாள். உதடெல்லாம் காய்ஞ்சு போயி காதுல கழுத்திலே ஒண்ணுமேயில்லாம கருத்துப்

போன அவளைப் பாக்கப் பாக்க ஆத்தாளுக்குக் கண்ணீர்தான் மாலை மாலையாக வந்தது. தங்கராசு மச்சானுக்குத்தான் மாரியம்மா என்று சின்னப் பிள்ளையிலேயே எல்லாருக்கும் தெரிஞ்சதுதான். கள்ளன் – போலீஸ் விளையாட்டிலிருந்து காட்டிலே கள்ளிப்பழம் பிடுங்கப் போகிற வரைக்கும் ரெண்டு பேரும் எந்நேரமும் ஒண்ணாவேதான் அலைவார்கள். கடைசிக்கி இப்படி ஆகிப்போச்சே என்று ஆத்தாளுக்கு ரொம்ப வருத்தம். எப்படியெல்லாமோ மகளை வச்சிப் பாக்கணுமின்னு ஆசைப்பட்டிருந்தாள். பேச்சை மாற்றுவதற்காக "அண்ணன் எங்கத்தா" என்று கேட்டாள்.

"நீங்க ரெண்டு பேரும் வருவீக அரிசிச்சோறு காச்சணும்னிட்டு அரிசி பருப்பு வாங்கியாறம்ணு டவுணுக்கு போனான் . . ."

கஞ்சியைக் குடித்துவிட்டு சீனியம்மாளைப் பார்க்க விரைந்தாள் மாரி. சீனியம்மாள்தான் மச்சான் வந்திருக்கிற சேதியை டவுணுக்கு தீப்பெட்டி ஒட்டப்போன பிள்ளைகள் மூலம் மாரியம்மாளுக்குச் சொல்லிவிட்டது. சேதி கேள்விப் பட்டதிலிருந்தே அவள் ஒரு நிலையில் இல்லை. உடனே ஊருக்குப் போகணுமென்று ஒத்தக் காலில் நின்றாள். ஆனால் அவள் புருஷன் உடனே அனுப்பி விடவில்லை. நாளைக் கழிச்சுப் பொங்கலுக்கு இன்னைக்கே என்ன ஊரு என்று சொல்லிவிட்டான். அவ அடிக்கடி ஊருக்கு ஊருக்குன்னு கிளம்பறது அவனுக்கு வள்ளுசாப் பிடிக்கவில்லை. அவ ஊரு இந்தா மூணு மைலுக்குள்ளே இருக்குங்கிறதுக்காக ஒன்ரவாட்டம் ஊருக்குப் போனா எப்பிடி. அவ போறதப் பத்திகூட ஒண்ணுமில்ல. போறவட்டமெல்லாம் கடையிலேருந்து பருப்பு, வெல்லம் அது இதுன்னு தூக்கிட்டு வேற போயிர்றா. இந்தச் சின்ன ஊர்லே யேவாரம் ஓடுறதே பெரிய பாடா இருக்கு. இப்ப கோயில் கொடைக்குப் போணுமின்னு நிக்கா என்று வயிறு எரிந்தான். ஆனாலும் ஒரேயடியாக அவளிடம் முகத்தை முறிச்சுப் பேச அவனுக்கு முடியாது. அப்பிடி இப்பிடியென்று ரெண்டு புலப்பம் புலம்பி அனுப்பி வைப்பான்.

இதைப் பத்தியெல்லாம் மாரிக்கு கவலை கிடையாது. அவளுக்கு நினைத்தால் ஊருக்குப் போயிறணும். அதுவும் மச்சான் அவுக வந்திருக்கும்போது எப்பிடி இங்க நிக்க முடியும்.

அவ பிறந்து வளர்ந்ததே தங்கராசுக்காகத்தான் என்கிற மாதிரியல்லவோ வளர்ந்தாள். அவள் நாலாப்புப் படிக்கிற போது தங்கராசின் அப்பாவுக்கு புதுக்கோட்டைக்கு மாற்றலாகி குடும்பத்தோடு கிளம்பியபோது அவள் போட்ட கூப்பாட்டை இன்னைக்கும் கூட கிழவிகள் சொல்லிச் சிரிப்பார்கள். நானும்

கூட வருவேன் என்று தெருவில் புரண்டு கையைக் காலை உதறி ஒரே கூப்பாடு. அதைச் சொல்லிச் சொல்லி பொம்பிளைகள் அவளிடம், “என்னட்டி ஒம் புருசங்காரன் என்னைக்கு வாரானாம்” என்று கேலி பேசுவார்கள். ஆனால் அவள் அதையெல்லாம் கேலியாக நினைக்கவில்லை. நிசத்துக்குத்தான் கேட்கிறார்கள் என்று நம்புவாள். ஊர்ப் பிள்ளைகளெல்லாம் கம்மாய்த் தண்ணியில் குதியாளம் போடும்போது இவள் மட்டும் கம்மாய்ப் பக்கமே போக மாட்டாள். கம்மாத் தண்ணியிலே குளிச்சா சொறிபிடித்து மேலெல்லாம் வங்கு வத்தும். டவுண்ல படிக்கிற மச்சானுக்குப் பிடிக்காது. அதேபோல கஞ்சியக் குடிச்சி வகுறு வச்சிப்போயி மச்சான் ஒன்னைக் கட்ட மாட்டேன்னு சொல்லிட்டா என்னாகுறது?

சும்மா மச்சான் மச்சான் என்று சொல்லிக் கொண்டிருந்தவள் பெரிய மனுஷியானதும் மச்சானைப் பத்தி நினைக்கவே வெட்கமும் கூச்சமுமாயிருந்தது. கொஞ்ச நாளைக்கி. வெறும் மச்சானைப் பத்தின நினைப்போடு அப்புறம் கனாக்களும் வந்து மனசைப் படபடக்க வைத்தன. டவுணுக்கு தீப்பெட்டி ஒட்டப் போகையிலும் வரையிலும், ஒட்டும்போதும் மச்சானின் நினைப்பு இருந்துகொண்டே இருக்கும். பஞ்சத்திலே வேலை தேடிப் பிழைக்கப் போயி தஞ்சாவூர் காட்டிலே பேதி வந்து அவ அய்யா மட்டும் சாகாம இருந்திருந்தா மச்சானுக்குப் பொருத்தமா அவளும் படிச்சிருப்பா. அது ஒரு குறை மட்டும் அவ மனசிலே இருந்து கொண்டிருந்தது.

அதுவும் மச்சான் ஒரு தடவை அவுக தங்கச்சி கோமதி கலியாணத்துக்கு பத்திரிகை வைக்க வந்தபோது போயிருச்சு. எந்த வித்தியாசமும் பாராம ஆத்தாளோடவும் அண்ணனோடவும் ரொம்பப் பிரியமா பேசிக்கிட்டிருந்த மச்சானை கதவு இடுக்கு வழியா பாத்துப் பாத்து பூரிச்சுப் போனா மாரியம்மா.

மச்சானைப்பத்தின ஒவ்வொரு சேதியையும் சேர்த்துச் சேர்த்து மனசுக்குள்ளே பூட்டி வச்சிக்கிட்டா, வருசம் ஓடினாலும் பஞ்சம் வந்தாலும் அய்யா செத்துப் போயி வயித்துப் பாட்டுக்கே கஷ்டம் வந்தாலும் அவனைப் பத்தின நினைப்பு மட்டும் மாறவே இல்லை. அதனாலேதான் தங்கராசு அவளுக்கில்லை என்று ஆன பிறகும்கூட அவளால் அண்ணனையும் ஆத்தாளையும் போலத் துப்புரவாக வெறுத்துவிட முடியவில்லை.

அவளுக்கு நல்லா ஞாபகம் இருக்கு – மாமனும் அத்தையும் வந்து தங்கராசு மச்சான் கலியாணத்துக்கு பத்திரிகை வச்சுட்டுப் போன பிறகு அண்ணன் வந்த வரத்து. இவளுக்கு பரிசம் போடத்தான் மாமனும் அத்தையும் வருவாகன்னு இருந்தபோது

வேற இடத்திலே பொண்ணையும் பாத்து பத்திரிகையும் வச்சிட்டு சும்மாவும் போகாம மாமா அண்ணங்கிட்டே "கலியாணத்துக்கு ஒரு வாரத்துக்கு முன்னக்கூட்டியே வந்திரணுமப்பா. கோமதி கலியாணத்தை முடிச்சு வச்ச மாதிரி எல்லா வேலைகளையும் பொறுப்பா இருந்து நீதான் பாக்கணுமப்பா" என்று வேறு சொல்லி விட்டுப் போனார். அவுக அங்கிட்டுப் போகவும் ஆத்தாளிடம் வந்து அண்ணன் 'தங்கு தங்'கென்று குதித்தான் – என்னய என்ன சுத்தக் கேணப்பயன்னு நெனச்சுட்டாகளா? என்று. கோமதி கலியாணத்துக்கு எல்லா வேலைகளையும் இழுத்துப் போட்டுக்கொண்டு அண்ணன் செய்தான்னு சொன்னா அது நாளக்கி நம்ம தங்கச்சி வந்து வாழப் போற வீடு. நாம வந்து ஒத்தாசை செய்யாட்ட யாரு செய்வா என்று நினைத்து செய்தது. ஆனா இப்படி நகை நட்டுக்கு ஆசைப்பட்டு மாமா அந்நியத்திலே போவாகள்னு யாரு கண்டது. என்ன மாமனும் மச்சானும் மயிராண்டிக என்று வெறுத்துவிட்டது அவனுக்கு.

ஆனால் ஆத்தா முதலில் அண்ணன் பேசிய போது பதிலுக்கு கூப்பாடுதான் போட்டாள். என்னடா குதிக்கே. படிச்சு உத்தியோகம் பாக்குற மாப்பிள்ளை தீப்பெட்டியாபீசுக்கு போயிட்டு வந்து வீச்சமெடுத்துப் போயிக் கெடக்குற கழுதயக் கட்டுவான்னு நீ நெனச்சுக்கிட்டா அவுக என்னடா செய்வாக என்று ஆத்திரமாகப் பேசினாள். அப்படி அப்போதைக்குப் பேசினாலும் அன்னைக்கு ராத்திரி செத்துப்போன அய்யாவிடம் முறையீடு செய்து சத்தம் போட்டு ஒப்பாரி வைத்தாள். "ஏ . . . என் ராசாவே . . . என்ன ஆண்டாரே இப்பிடி விட்டுப் போனீரே . . . மணவடையிலே வந்து முறைமாப்பிள்ளை நானிருக்க எவன் இவ கழுத்திலே தாலி கட்டுவான்னு சொல்லி என்னச் சிறையெடுத்து வந்தீரே . . . இப்பிடி நிர்க்கதியா நிக்க விடவா சிறையெடுத்தீர் ஐயாவே . . . தம்பீ . . . தம்பீன்னு பே கொண்டு போயி அலைஞ்சேனே . . . அவனைத் தூக்கி வளத்தேனே . . . என் ராசாவே எனக்குப் பூமியிலே ஆருமில்லாமப் போயிட்டாகளே . . .

பக்கத்துப் பொம்பிளைகளெல்லாம் வைதார்கள். "என்ன இவளும் பொம்பளதான . . . அப்பயும் இப்படியா ஒப்பாரி வச்சு அழுவாக" என்று. அண்ணன் வந்து பிறகு "இப்பம் நீ சும்மாருக்கியா என்ன வேணுங்கு" என்று அரட்டவும்தான் ஒப்பாரியை நிப்பாட்டினாள்.

மறுநாள் அண்ணன் "தங்கராசு கலியாணத்துக்கு ஒருத்தரும் போகப்புடாது"ன்னு சொன்னபோது மறு பேச்சுப் பேசாமல் ஆத்தாளும் சரியென்று சொல்லிவிட்டாள். அவனுக்கும் நமக்கும் இனிமே என்ன இருக்கு என்று சொல்லிவிட்டாள்.

ஆனால் மாரியம்மா அப்படியெல்லாம் ஆகவிடவில்லை. பலவாறு அண்ணனிடமும் ஆத்தாளிடமும் சொல்லிப் பார்த்தாள். ஒன்றும் மசியாமல் போக, கடைசியில் 'நீங்க யாரும் மச்சான் கலியாணத்துக்கு போகலைன்னா நான் நாண்டுக்கிட்டுச் செத்துருவேன்' என்று ஒரு போடு போட்டதும் சரியென்று அண்ணன் மட்டும் கலியாணத்துக்குப் போய் வந்தான். எம்புட்டோ கேட்டுப் பாத்தும் கலியாணச் சேதி எதையும் அவன் மாரியம்மாளுக்கோ ஆத்தாளுக்கோ சொல்லவில்லை. எல்லாம் முடிஞ்சது என்பதோடு நிறுத்திக்கொண்டான். தன் பிரியமான மச்சானின் கல்யாணம் எப்பிடியெல்லாம் நடந்திருக்கும் என்று மாரியம்மாள் தினமும் பலவாறாக தீப்பட்டி ஒட்டியபடிக்கே நினைத்து நினைத்துப் பார்ப்பாள். எங்கிட்டு இருந்தாலும் நல்லாருக்கட்டும் என்று கண் நிறைய – மனசு துடிக்க வேண்டிக்கொள்வாள்.

தங்கராசு கலியாணத்துக்குப் போய்விட்டு வந்த அண்ணன் சும்மா இருக்கவில்லை. அலைஞ்சு பெறக்கி இவளுக்கு மாவில்பட்டியிலேயே அய்யா வழியில் சொந்தமான பையனை மாப்பிளை பார்த்துவிட்டான். சின்ன வயசிலே நாகலாபுரத்து நாடார் ஒருத்தர் கடையில் சம்பளத்துக்கு இருக்க மெட்ராசுக்குப் போய்வந்த பையன். மாரியம்மாளோட நாலு பவுன் நகையை வித்து மாவில்பட்டியிலேயே ஒரு கடையையும் வைத்துக் கொடுத்துவிட்டான்.

இத்தனைக்குப் பிறகும் கோவில் கொடைக்கு மச்சான் வந்திருக்காகன்னு தெரிஞ்சதும் உடனே பாக்கணுமின்னு ஓடியாந்துட்டா. அவுக எப்படி இருக்காக. அந்த அக்கா எப்படி இருக்காக. மச்சானும் அந்த அக்காளும் நல்லா பிரியமா இருக்காகளான்னு பாக்கனும் அவளுக்கு.

ஆனா வந்த உடனேயே மச்சானையும் அந்த அக்காளையும் பார்க்க கிளம்பிவிடவில்லை. மத்தியான நேரம். சாப்புட்டு சித்த கண்ணசந்திருப்பாக என்று இருந்துவிட்டு சாயந்திரமாகப் போனாள்.

கட்டிலில் படுத்தவாக்கில் பாட்டையாவுடன் பேசிக்கொண் டிருந்தாக மச்சான். "கும்புடுரேன் மச்சான்" என்று மனசு படபடக்க சொல்லிவிட்டு உள்ளே போனாள். தங்கராசின் அப்பத்தாளும் அந்த அக்காளும் அடுப்படியில் வேலையாக இருந்தார்கள். பொன்னாத்தா இவளை பிரியத்துடன் வரவேற்றாள். அந்த அக்கா ரொம்ப லட்சணமாக இருந்தார்கள். நகை நட்டு ரொம்ப போட்ருப்பாகன்னு பாத்தா அப்படி ஒண்ணும் காணம். கழட்டி வச்சிருப்பாக என்று நினைத்துக்கொண்டாள்.

ரொம்ப பிரியம் நிறைந்த பார்வையுடன் அந்த அக்காளுடன் வாஞ்சையோடு பேசினாள் மாரியம்மா. பேசிக்கிட்டிருங்க இந்தாவாரேன்னு பொன்னாத்தா கடைக்கு ஏதோ வாங்கப் போகவும் மாரியம்மா அந்த அக்காளிடம் இன்னும் நெருங்கி கிட்ட உட்கார்ந்து கொண்டு கைகளை பாசத்துடன் பற்றிக்கொண்டாள். ரகசியமான – அதே சமயம் – ரொம்பப் பிரியம் பொங்கிய குரலில், "யக்கா ... மாசமாயிருக்கிகளா" என்று ஆர்வத்துடன் கேட்டாள்.

பட்டென்று அந்த அக்கா ஒரு நொடிப்புடன், "ஆம – அது ஒண்ணுக்குத்தான் கேடு இப்பம்" என்று சொல்லிவிட்டாள். மாரியம்மாளுக்குத் தாங்க முடியவில்லை. அதச் சொல்லும் போது லேசான சிரிப்புடன்தான் அந்த அக்கா சொன்னாலும் அந்த வார்த்தைகளில் ஏறியிருந்த வெறுப்பும் சூடும் அவளால் தாங்க முடியாததாக, இதுநாள் வரையிலும் அவள் கண்டிராததாக இருந்தது. ஒரு ஏனத்தைக் கழுவுகிற சாக்கில் வீட்டின் பின்புறம் போய் உடைந்து வருகிற மனசை அடக்கிக்கொண்டாள். உள்ளே மச்சான் அவுக பேச்சுக்குரல் கேட்டது. "மாரியம்மா போயிட்டாளா" என்று உள்ளே வந்த மச்சான் அந்த அக்காளிடம் "காப்பி குடிச்சிட்டியா ஜானு" என்று பிரியமாகக் கேட்டதும் படக்குனு அந்த அக்கா, "ஆஹககா ... ரொம்பவும் அக்கறைப்பட்டுக் குப்புற விழுந்துறாதிக . . ." என்று சொல்லிவிட்டது. ரொம்ப மெதுவான தொண்டையிலே பேசினாலும் அந்தக்குரல் இறுகிப்போய் வெறுப்பில் வெந்து கொதிக்கிறதாய் இருந்தது.

வெளியே நின்றிருந்த மாரியம்மாளுக்கு தலையை வலிக்கிற மாதிரியும் காய்ச்சல் வர்ற மாதிரியும் படபடன்னு வந்தது. கழுவின ஏனத்தை அப்படியே வைத்துவிட்டு பின்புறமாகவே விறுவிறுவென்று வீட்டுக்கு வந்து படுத்துக்கொண்டாள்.

ஆத்தாளும் அண்ணனும் கேட்டதுக்கு 'மண்டையடிக்கி' என்று சொல்லிவிட்டாள். சிறு வயசில் கள்ளிப்பழம் பிடுங்கப் போய் நேரங்கழித்து வரும்போது வழியில் தேடி வந்த மாமாவிடம் மாட்டிக்கொண்டு முழித்த தங்கராசின் பாவமான முகம் நினைப்பில் வந்து உறுத்தினது. தண்ணியத் தண்ணியக் குடித்தும் அடங்காமல் நெஞ்சு எரிகிறமாதிரியிருந்தது. அந்த அக்காளுக்கு நகை நட்டு குறையாகப் போட்டதுக்காக தங்கராசின் அம்மா ரொம்ப கொடுமைப்படுத்துகிறாளாம் என்று சீனியம்மா சொன்னதும் அந்த அக்காள் கொடும் வெறுப்பாகப் பேசினதும் நினைப்பில் வந்து இம்சைப்படுத்தியது.

எல்லாத்துக்கும் மேலே அந்த வார்த்தைகளின் வெறுப்பின் ஆழம், தாங்கமுடியாத வேதனையை தந்தது. ராத்திரி ஊரோடு

கோயில் வாசலில் பொங்கல் வைக்கப் போயிருந்தபோது இவமட்டும் படுத்தே கிடந்தாள். ஒவ்வொன்றாக சிறுவயதில் அவனோடு பழகினது – அய்யாவைப்பத்தி – ஆத்தாளைப்பத்தி – அண்ணனைப் பத்தி – எல்லோரும் படுகிற பாட்டைப்பத்தி – அந்த அக்காளைப்பத்தி நினைக்கக்கூட பெருந்துன்பமாயிருந்தது. குமுறிக்கொண்டு வந்தது மனசு.

ராத்திரி நேரங்கழித்து அவபுருஷன் வந்தான். ரெண்டு நாளாய் நல்ல யேவாரம் என்றும் தேங்காய் மட்டுமே முப்பத்திரெண்டு காய் வித்திருக்கு என்றும் பொரிகடலைதான் கடைசியில் கேட்டவுகளுக்கு இல்லையென்று சொல்ல வேண்டியதாய்ப் போச்சு என்றும் உற்சாகமாக ரொம்ப நேரம் பேசிக்கொண்டிருந்தான். திடீரென்று இவள் ஏதுமே பேசாமல், ஊமையாக இருப்பதைக் கண்டு எரிச்சலடைந்து, "ஏ நாயி நாம் பாட்டுக்கு கத்திக்கிட்டிருக்கேன் நீ என்ன கல்லுக்கணக்கா இருக்கே" என்று முடியைப் பிடித்து ஒரு உலுக்கு உலுக்கினான்.

உடனே அணை உடைத்துக்கொண்டு ஏங்கி ஏங்கி அழ ஆரம்பித்தாள். அவன் உடனே பதறிபோய் தெரியாமல் தலையைப் பிடித்துவிட்டேன் என்று சொல்லி தப்புத்தான் தப்புத்தான் என்று திரும்பத் திரும்பச் சொல்லிப் பார்த்தான். அவள் அழுகை நிற்கவில்லை. மேலும் மேலும் ஏக்கமும் பெருமூச்சும் வெடிப்பும் நடுக்கமுமாய் அழுகை பெருகிக்கொண்டு வந்தது.

ஏதோ தான் பேசிவிட்டதற்காகத்தான் அவள் இப்படி அழுகிறாள் என்று நினைத்துக்கொண்டு ரொம்ப நேரத்துக்கு அவளை வீணே தேற்றிக்கொண்டிருந்தான் அவன்.

(பிப்ரவரி, 1984)

மீடியம்

யாரிடமாவது சொன்னால் சிரிப்பார்கள்.

"என்னவே . . . நீர் . . . மாசம் நானூறு ரூபா வாங்குறீர். இதுக்கு ஒரு பத்து ரூபா செலவழிக்க முடியாமலா இருக்கீர்" என்று கேலிபண்ணுவார்கள். அவருக்கும் ஆச்சர்யமாய்த்தான் இருந்தது.

ஒரு வாரமாகத்தான் எரிச்சல் ஜாஸ்தி. ஆபீஸில் உட்காரவே முடியவில்லை. நெளிந்து கொண்டுதான் உட்கார்ந்திருந்தார். இதிலே போன ஞாயித்துக்கிழமை 'லீவு டூட்டி' வேற போட்டானுக. இந்தவாரம் எரிச்சல் ரொம்பவும் அதிகமாயிருச்சு. தனக்கேதான் அசிங்கமாகவும் பட ஆரம்பிச்சுருக்கு. உடம்பே நாற்றமெடுத்துப்போன மாதிரி பட்டது. பத்து நாளைக்கு முன்வரைக்கும் வேட்டியை உதறிக்கட்டும்போது மட்டும்தான் லேசாய் நெடி மூக்கில் அடிக்கும். இப்போது சும்மாவே . . . நெடியின் தன்மையும் இப்போது உக்கிரமடைந்து இருப்பதாய்ப்பட்டது. யார்கிட்டேயும் நெருங்கி நின்று பேசறதுக்கே கூச்சமாயிருந்தது. மேனேஜர் கூப்பிட்டு விடும்போதெல்லாம் போய் அவர் மேஜைக்கு நாலடி இந்தப்பக்கம் நின்றே பேசிவிட்டு வந்தார். யாராச்சும் இவரிடம் முகம் கொடுத்துப் பேசாவிட்டாலோ அவசரமாய் பேசிவிட்டு நகர்ந்தாலோ இவருக்குச் சந்தேகம் வந்துவிடும்.

"நம்மகிட்டே ரொம்பவும் துர்நாற்றமடிக்குதோ." இப்போதெல்லாம் இந்த சந்தேகம் அடிக்கடி வர ஆரம்பிச்சிருக்கு. இவருக்குள்ளே இந்தச் சந்தேகம் வந்துட்டா அப்புறம் அவ்வளவுதான். யாரிடமும் மனசு விட்டுப் பேசவே முடியாது. 'எப்படா பேசி

முடிப்போம்'னு பெரிய தர்மசங்கடமாய் இருக்கும். ஆபீஸில் யாராச்சும் கமுக்கமாகப் பேசிச் சிரித்துக்கொண்டிருந்தால் உடனே இவருக்குச் சந்தேகம் வந்துவிடும். "நம்மளப் பாத்துத்தான் சிரிக்காகளோ . . ."

இந்த ரோதனை தாங்க முடியாமல்தான் இன்றைக்குத் தீர்மானமாய் முடிவு எடுத்துவிட்டார். சாயந்திரம் ஆபீஸ் முடிந்து வீடு திரும்புகிற வழியிலேயே வாங்கிறணும். கையிலே ரெண்டு ரூபாயிருக்கு. இன்னும் ஒரு அஞ்சுரூபா பாத்துட்டா கூடப் போதும். ப்யூன் ரெங்கசாமியிடம்தான் மனசுவிட்டுக் கேக்க முடியும். ஆனால் அவனிடம் ஏற்கனவே முப்பது ரூபாய் கடன் பட்டாச்சு. இப்பவும் கேட்டு அவன் முகம் சுளிச்சுட்டான்னா அப்புறம் நல்லா இருக்காது. நாளைப்பின்னே அவசரத்துக்கு அவனிடம் தானே போகணும் . . . ம் . . . என்ன பண்ணலாம்?

இன்னிக்கு டைப்பிஸ்ட் கிருஷ்ணனிடம் கேட்டுப் பார்க்கலாம். ஆபீஸில் இவன் ஒருத்தன்தான் கல்யாணமாகாதவன். இவரிடம் முகம் கொடுத்து சகஜமாகப் பேசறதும் இவன் ஒருத்தன்தான். என்ன காரணம் சொல்லிக் கேட்கலாம் என்று யோசித்து, எப்படிப் பேச்சைத் தொடங்கினால் அவன் வலையில் வந்து விழுவான் என்றெல்லாம் மனசுக்குள் திட்டமிட்டார். ஒருமுறை மனசுக்குள் அவனிடம் பேசிப் பார்த்துக்கொண்டார். பிறகு நைஸாக அவனிடம் பேச்சுக் கொடுத்தார். பேச்சு சுவாரஸ்யமாய் வளர்ந்து நீண்டது. அவனது ஓட்டல் சாப்பாடு, கல்யாணம், எதிர்காலத் திட்டம், கல்யாணம் ஆன பிறகு வரக்கூடிய பிரச்சினைகள், அந்தரங்கமான விஷயங்கள் இப்படியாக பேச்சு சுற்றி வளைத்துக்கொண்டு போனது. அதெல்லாம் இவரிடம் பலிக்குமா! சுற்றிவளைத்துப் பேச்சை கரெக்டாக விஷயத்தில் கொண்டுவந்து நிறுத்தினார்.

அந்நேரவரைக்கும் சிரித்துப் பேசிக்கொண்டிருந்த கிருஷ்ணன் பணம் என்றதும் 'கப்'பென்று அடங்கிப் போனான். டைப்ரைட்டரின் பட்டன்களை சும்மா தட்டியபடி மௌனமாய் தலையைக் குனிந்து கொண்டிருந்தான். அந்த மௌனம் இவரால் சகிக்க முடியாததாய் ரொம்ப கனமாய் இருந்தது. நெளிந்தார். ஒருமுறை செருமினார். இவன் பணம் தராவிட்டாலும் பரவாயில்லை. இந்த மௌனத்தை உடைத்தாலே போதும் என்கிற அளவுக்கு தர்மசங்கடமாய் இருந்தது. இப்படியே எழுந்து போய்விடலாமா என்றுகூடப் பட்டது. என்ன இவன்! உண்டு இல்லைன்னு சொல்லிற வேண்டியதுதானே. இப்படி இருக்கானே. கடைசியில் ஒருவழியாய் தொண்டையைச் செருமிக்கொண்டு பேசினான். தன்னுடைய குடும்ப பாரம், தன்னையே நம்பி

இருக்கிற ஏழுபேர், அப்பா தேடி வைத்துப்போன எட்டாயிர ரூபா கடன், கல்யாணத்துக்கு நிற்கிற தங்கைகள், இந்தப் பிச்சைக்கார சம்பளம் எல்லாம் பற்றி இவரிடம் விளக்கிப்பேசி, "என்னவோ இன்னிக்கு வாய்விட்டுக் கேட்டுட்டீங்க. மறுத்துச் சொல்லவும் சங்கடமாயிருக்கு . . ." என்று முடித்து, ஒரு ஐந்து ரூபாயை இவருக்கு அழுதான்.

வாங்கிக்கொண்டு தன் ஸீட்டுக்கு வந்தார். ஒவ்வொரு முறையும் கடன் வாங்குகிற போது மனசில் வருகிற வருத்தமும், எரிச்சலும், ஆத்திரமும், உறுதிமொழிகளும் இந்த முறையும் வந்து போயின. ஒரு கணம் இந்த நாகரீகத்தின் மீதே வெறுப்பாய் வந்தது. என்ன காலமய்யா இது! அந்தக் காலத்திலெல்லாம் இப்படியா? ஒற்றைக் கோவணம்தானே!

ஆனால் காலத்தைக் குற்றம் சொல்ல ஒன்றுமில்லை. போன வருஷம் இவர் குற்றாலம் போனது தான் தப்பு. அதுதான் உண்மை. ஆனால் அப்படியும் சொல்லிவிட முடியாது. குற்றாலம் போனதில் என்ன தப்பிருக்க முடியும். இவரென்ன முன்னே பின்னே போகாதவரா? இரண்டு ரூபா டிக்கெட்டுக்குள் இருந்துகொண்டு சீசனுக்கு குற்றாலம் போகாமலிருந்தால் எப்படி? பல சமயம் குடும்பத்தையும் அழைத்துக்கொண்டே போயிருக்கிறார். இப்போ பிள்ளைகள் ஜாஸ்தியாகிப் போனதாலே போக முடிகிறதில்லை. அதனாலே ஒண்ணும் தப்பில்லே.

போன வருஷம் ஆபீஸிலிருந்து எல்லோரும் குற்றாலம் போகணும் என்று சொன்னபோது இவரும் யோசிக்காமல் சரியென்று சொல்லிவிட்டார். அதிலே வந்த வினைதான் இவ்வளவும்.

பழைய குற்றாலத்தில் குளிப்பதற்காக எல்லோரும் தலையில் எண்ணெய் தேய்த்து தயாராகிக் கொண்டிருந்தார்கள். இவருக்கு வேட்டியை அவிழ்க்கும்போதே கூச்சமாய்த்தான் இருந்தது. சரி இனிமே என்ன செய்ய முடியும் என்று அவிழ்த்துவிட்டு அண்டர்வேரொடு எண்ணெய் தேய்க்கலானார். சிரித்துவிட்டார்கள். இவரைப் பார்க்காத மாதிரி தலையைத் திருப்பிக்கொண்டு சிரித்தார்கள். வேறொன்றுமில்லை. இவருடைய அண்டர்வேர் சுருங்கிப்போய் கசங்கலாய் ஒரு பக்கம் ஏறியும் இறங்கியும் பார்ப்பதற்கு கொஞ்சம் கண்றாவியாக இருந்தது. அவன்கள் எல்லாம் நீட்டாக ஜட்டியோடு நின்றான்கள். அவன்கள் சிரித்தது கூடப் பெரிய விஷயமில்லை. கூட வந்திருந்த பெண்களும் மூக்கைப் பொத்திக்கொண்டு சிரித்துவிட்டார்கள். பெரிய மானக்கேடாப் போச்சு. உடம்பு ஒரு சாணாகக் குறுகிப்போச்சு.

அன்னிக்கு எடுத்த முடிவுதான் –

இனிமே செத்தாலும் அண்டர்வேர் போடறதில்லே! ஜட்டிதான்! குற்றாலத்திலேயே கைச்செலவுக்கு கொண்டு போனதில் ஒரு ஜட்டி எடுத்துக்கொண்டு அண்டர்வேர் எல்லாத்தையும் தூக்கி எறிந்து அருவித் தண்ணீரோடு ஓடவிட்டார்.

இப்போ இதிலே என்ன சிக்கல் வந்துவிட்டது?

ஒரே ஜட்டிதான் இருக்கிறதனாலே அதைத் தினமும் துவைத்துப் போட முடியலே. ஆரம்பத்தில் தினமும் ராத்திரி துவைத்துப் போட்டுவிடுவார். காலையில் மாட்டிக்கொண்டு போவார். மழை சீஸன் வந்தபோது ஒரு ராத்திரிக்குள்ள துவைத்துப் போட்டது காயவில்லை. அப்பவே கூட ஒரு ஜட்டி எடுத்திருக்கணும். எடுக்கலை. முடியலை. வாராவாரம் ஞாயிற்றுக்கிழமை மட்டும் துவைத்துப்போட ஆரம்பித்தார். சனிக்கிழமையாகிவிட்டால் எரிச்சல். மாலையில் ஆபீஸ் முடிந்ததும் பேசியபடியே பஜார் எல்லாம் சுற்றி வீடு போய்ச்சேர தினமும் ஏழரை மணி ஆகிவிடும். சாயந்திரம் துவைத்துப் போட்றணும்னு சிலநாள் நினைத்தாலும்கூட சாயங்காலமானதும் எல்லாம் மறந்துவிடும். நமக்கென்று இப்படி ஒரு மறதி எங்கிருந்துதான் வருமோ. தெரியலை.

இப்போது போட்டிருக்கிற ஜட்டியில எலாஸ்டிக் லூஸாகி விட்டது. கைத் தையல் போட்டு கொஞ்சநாள் ஓடியது. இப்போ அரைஞாண் கயிற்றை மேலே போட்டு இறுக்கித்தான் நிற்குது. அதோட போன ஞாயிற்றுக்கிழமை லீவு டூட்டி போட்டுத் தொலைச்சுட்டாங்களா – துவைத்துப் போட முடியாமப்போச்சு. இப்போ பதினைந்து நாளாகப்போகுது. சகிக்கமுடியலை. வெயில் காலமா வேற இருக்கா. வியர்வையும் புழுக்கமும் அழுக்குமாக உட்காரவே முடியவில்லை. என்ன செய்ய? முன்னாலேயெல்லாம் பேசாமல் காதிவஸ்திராலயத்தில் கச்சைத்துணி நாலுமீட்டர் வாங்கித் தைத்துக்கொண்டால் வருஷம் ஒண்ணுக்கு தாராளமாக ஓடும். எந்தத் தொந்தரவும் இருக்காது.

ம் . . . இப்போ நினைச்சு என்ன?

சாயந்திரம் உள்ளாடைகள் உலகத்துக்குள் நுழைந்தார். “என்ன சார் வேணும் . . . இப்படி வாங்க . . .”

“ஒரு ஜட்டி . . .”

“உங்களுக்கா . . . சைஸ் என்ன?”

“சைஸ்?” . . . என்ன சைஸ்னு ஞாபகமில்லியே எழவு. போன வருஷம் புதுசா எடுக்கும்போதும் இப்படித்தான் திணறினார்.

சைஸ் பற்றி முதலிலேயே யோசனை வராமல் போச்சே. ம் . . . மூத்த பையனுக்கு 30" சைஸ்தான் எடுத்துக் கொடுத்ததாக நினைவு வந்தது. அதைவிடப் பெரிதாய் வேணும்,

"சைஸ் . . . முப்பத்தி நாலு எடுங்களேன் . . ."

"முப்பத்திநாலு உங்களுக்குக் காணாது சார் . . . முப்பத்தாறுதான் சரியாயிருக்கும் . . . எடுக்கட்டுமா . . ."

"சரி எடுங்க . . ."

"அட்டைப் பெட்டிகளில் அடைத்த ஜட்டிகளாய் எடுத்துப் போட்டான். எல்லாம் பதினெட்டு ரூபாய் பத்தொம்பது ரூபாய்க்கு மேலே விலை. அவற்றை லேசாக ஒதுக்கிவிட்டு –

"ரெம்ப 'காஸ்ட்லி'யாகவும் இல்லாம ரொம்ப இதாவும் இல்லாம ஒரு மீடியம் ரேட்லே எடுங்க" என்றார்.

ரெண்டு பிளாஸ்டிக் பைகளிலிருந்து ஜட்டிகளாய் தட்டினான் கீழே. எல்லாம் பன்னிரெண்டு ரூபாயைச் சுற்றி விலை.

"இதான் மீடியமா . . . வேறே ஏதும் . . ."

கடைப்பையன் மனசுக்குள் சிரிக்கிறான். சிரிக்கத்தானே செய்வான் நம்ப பீடை எங்கே போனாலும் கூடவே வருதே. என்ன செய்ய.

பையன் உள்ளே போய் இரண்டு கை நிறைய குப்பையாய் கொஞ்சம் அள்ளிக்கொண்டு வந்து போட்டான்.

'இதிலேயாவது எடுக்கீரா பாப்பம்' என்கிற மாதிரியாக இடுப்பில் கை வைத்து நின்றான். மானக்கேடுதான். எட்டு ரூபாய்க்குக் குறைந்து அதிலே ஒன்றுமேயில்லை. கையிருப்பே ஏழு ரூபாய்தானே.

"விலையெல்லாம் ஒரே விலைதானா குறையாதா . . ." "ஒரே விலைதான் சார் . . ."

"என்ன . . . சொன்னா சொன்னதுதானா . . . ஏழு ரூபா போட்டுக்குடுக்கலாம் . . . எடுங்க . . ." ஒரு அசட்டுச் சிரிப்பு முகத்தில்.

"இல்லே சார் . . . எல்லாம் கம்பனி ரேட்டு . . . குறையாது."

"அங் . . . அதெல்லாம் குறைக்கலாம் . . . போடுங்க . . ."

"இல்லே சார்!–" இறுக்கலான முகத்துடன் மறுத்தான். என்னடா எழவு இது. திரும்பவேண்டியதுதானா? பையன் சிரிப்பை அடக்குகிறான். சிரி சிரி. நீ என்ன செய்வே.

“சரி . . . கர்ச்சீப் எடுங்க . . .”

“ஜட்டி வேணாமா சார் . . .”

“கர்ச்சீப் எடுங்க . . . இத பெறகு பாத்துக்கலாம்”

என்ன விலை – என்ன தரம் – என்ற ஒன்றுமே பார்க்காமல் அவன் எடுத்துப் போட்டதில் ஒரு கர்ச்சீப்பை சட்டென்று எடுத்துக்கொண்டு பில்லை வாங்கினார். மூணு ரூபாய். தொண்டை ஏற்கனவே வறண்டுதான் இருந்தது.

விரைவாய் கவுண்டரில் பணத்தைக் கட்டிவிட்டு ‘கர்ச்சீப்’புடன் கடையை விட்டுக் கீழே இறங்கினார். ஜில்லென்று காற்று முகத்திலடித்தது.

ரொம்ப சுதந்திரமாக உணர்ந்தார்.

(டிசம்பர், 1980)

கருப்பசாமியின் அய்யா

பெரிய்ய இவன்கணக்காத்தான் பேசிக் கொண்டு திரிந்தான் கருப்பசாமி – இந்த ரெண்டு நாளாக. கூலிங் கிளாஸ் கண்ணாடி, சோப்பு, பவுடர் எல்லாம் அவன்கிட்ட இருக்காம். அதான் அப்படி பேசிக்கொண்டு திரியறான். இருக்கட்டுமே, அதுக்காக ரொம்பவுந்தான் பீத்திக்கொண்டு திரிந்தால் யாருக்குப் பிடிக்கும். காளியம்மன் கோயிலுக்குப் பொறத்தாலே கூட்டம் போட்டு இனிமேக்கொண்டு கருப்பசாமியை எந்த ஆட்டையிலும் சேக்கக்கூடாதென்றும் அவனோடு யாரும் பேசவும் கூடாதென்றும் அவனுடைய சேக்காளிகள் முடிவுகட்டி விட்டார்கள்.

ஆனால் இதப்பத்தியெல்லாம் கவலைப்படுகிற மாதிரி கருப்பசாமி இல்லை. அவனுக்கு அவனுடைய அய்யா ஊரிலிருந்து வந்துவிட்டார். அதத்தவிர வேற நினைப்பே அவனுக்கில்லே. அவன் பிறந்த ஒரு வருஷத்திலே இந்த ஊரை விட்டுப்போன அய்யா ஏழு வருசங்கழிச்சு இப்பத்தான் ஊருக்கு திரும்பியிருக்கிறார்.

சோப்பு, சீப்பு, கண்ணா, கூலிங்கிளாஸ், பவுடர் அது இதுன்னு அவனுக்கு ஏகப்பட்ட சாமான்கள் வாங்கிவந்து விட்டார். அதனால் சேக்காளிகளையும் விளையாட்டையும் கூட மறந்துவிட்டு எந்நேரமும் அய்யாவோடவே ஒட்டிக்கொண்டு ரொம்ப செல்லங் கொஞ்சிக்கொண்டு திரிந்தான். அய்யாவும் ரொம்ப பிரியத்துடன் அவனுடன் சளைக்காமல் பேசிக்கொண்டிருந்தார். கருப்பசாமியின் ஆத்தாள் காளியம்மாளிடம் கூட அவ்வளவு நேரம் பேசவில்லை. கருப்பசாமியுடன்தான் பேச்சு.

ச. தமிழ்ச்செல்வன்

கருப்பசாமியைப் போலவே காளியம்மாளும் ரெண்டு நாளாக சந்தோஷமும் சிரிப்பாணியுமாகத்தான் இருந்தாள். அவளுக்கும் தனியாக பவுடர், ரிப்பன், வாசனை, தைலம் எல்லாம் வந்திருந்தது. மூணு நேரத்துக்கும் அரிசிச்சோறே காச்சினாள். குழம்பும் கறியும் தினமும் வைத்தாள். கருப்பசாமிக்கு இதனால் தன் அய்யா மீதுதான் பிரியம் பிரியமாக வந்தது. ஏழு வருசத்துப் பேச்சையும் பேசித்தள்ளினான். ராத்திரி கருப்பசாமி தூங்கின பிறகுதான் காளியம்மாளின் பக்கமாக நகர முடிந்தது. முதல் ரெண்டு மூணுநாள் ராத்திரி அவன் தூங்கினபிறகு விடிய விடிய ரெண்டு பேரும் கண்டதைக் கடியதைக் பேசிக்கொண்டு கிடந்தார்கள்.

நாலாவது நாள் ராத்திரி காளியம்மா ரொம்ப மெதுவாக கருப்பசாமியின் அய்யாவிடம் கேட்டாள். "அதல்லாஞ்சரி... துட்டு எம்புட்டுக் கொண்டாந்திருக்கீரு" உடனே அவன் பாயை விட்டு எழுந்து தன் டிரங்குப் பெட்டியை இறக்கி சிம்னிவிளக்கை அவளைத் தூக்கிப்பிடிக்கச் சொல்லி, பெட்டியைக் குடைந்து எடுத்து "இந்தா" என்று முப்பத்தேழு ரூபா பதினைஞ்சு பைசாவை அவளிடம் கொடுத்தான்.

மறுநாள் காலையிலிருந்து கருப்பசாமிக்கு ஒன்றும் விளங்கவில்லை. இந்த ஆத்தாளுக்கு என்ன கேடு வந்துருச்சு என்றும் புரியவில்லை. மூக்கைச் சிந்திக்கொண்டும் அழுது கண்ணீர் உகுத்துக்கொண்டும் மூலையில் உட்கார்ந்திருந்தாள். கஞ்சிகூடக் காய்ச்சவில்லை. இதெல்லாங்கூட கருப்பசாமிக்குப் புதுசு இல்லை. திடீர் திடீர் என்று இப்படி ஆத்தா ரெண்டு நாளைக்கு அழுவதும் கஞ்சி காச்சாமல் போட்டுவிடுவதும் வழக்கம்தான். அப்பவெல்லாம் தன் அப்பத்தா வீட்டில் கஞ்சி குடித்துவிட்டு பள்ளிக்கொடம் போய்விடுவான். ஆனால் இப்ப இவ அழுது புலம்பி கஞ்சி காய்ச்சாமல் போட்டதோடு நிக்காமல், தன் பிரியமான அய்யாவை வேற கண்ணிலே காங்க விடாம வைது கொண்டிருந்தாள். அதுதான் கருப்பசாமிக்குத் தாங்க முடியவில்லை. எப்பேர்க் கொண்ட மனுசன் அவனுடைய அய்யா. அவரைப் போயி இவ வையிறாளே. அந்த நல்லம்மாப் பாட்டியும் மத்த பொம்பளைகளும் சொன்னது நிசமாகத்தான் இருக்குமோ என்ற சந்தேகம் வந்தது கருப்பசாமிக்கு. அவனுக்கு விவரந்தெரிய ஆரம்பிச்ச ரெண்டு மூணு வருசத்திலே அவனுடைய அய்யாவைப்பத்தி எத்தனையோ பேர் கதைகதையாக அவன்கிட்டச் சொல்லியிருக்காக. ராத்திரி நேரங்களில் அவனைக் கூப்பிட்டுக் கிட்டத்தில் உட்கார வைத்துக் கொண்டு தங்களுக்குள் பேசுகிற மாதிரி அவனிடம் அய்யாவைப்பத்திக் கதையாய்ச் சொல்வார்கள்.

வெயிலோடு போய்...

அப்பிடி அவன் கேட்ட கதைகள் அவன் அய்யாவைப் பத்தி ரொம்ப பெருமையா நினைக்க வச்சது. அவன் கண்ணாரக் காணாத அய்யா கனாவிலே வந்து நிறைய வித்தையெல்லாம் செஞ்சு காட்டுவார். அய்யா என்றாலே விளையாட்டும் வித்தையும்தான் நினைப்பிலே வரும். அப்படித்தான் பொம்பிளைகள் அவனிடம் சொல்லியிருந்தார்கள்.

எந்தப் பெரிய கல் உரலையும்கூட அந்தாசமாகத் தலைக்கு மேலே தூக்கி எறிஞ்சிருவாராம். பந்தயம் வச்சா சமயத்திலே பெரிய ஆட்டுரலக்கூட தூக்கி எறிஞ்சிருவாராம். சோடா, கலர் பாட்டில் மூடிகளை பல்லாலே கடிச்சே ஒடைச்சுருவார். காடுகளுக்கு போய் வேலை வெட்டி பாத்து திரும்பி கஞ் சிகளைக் காச்சி குடிச்சிப் போட்டு தெருச்சனங்கள் மடத்து வாசல்ல – இல்லாட்டி – காவல்காரத் தேவர்வீட்டு முற்றத்திலே கூடி உக்காந்திருக்கும்போது இசக்கி முத்து – அதுதான் கருப்பசாமியோட அய்யா – பல விளையாட்டுகளைச் செய்து காட்டுவான்.

நிறை குடத்தை கையாலே தொடாமல் பல்லுட்டக் கடிச்சே தூக்கிருவான். கை ரெண்டையும் கீழே ஊன்றி தலை கீழே நடப்பான். பிறகு யாராச்சும் ஒரு திருகையைத் தூக்கிக் கொண்டாந்து போடுவார்கள். அதையும் அடிப்பாகத்து முளைக் குச்சியைப் பல்லாலே கடிச்சே தூக்கி எறிவான். அப்படி வித்தைகளை செய்துகாட்டும் போது அவனுடைய மச்சினன்மார் யாராச்சும் வாழைப்பழம், முறுக்கு, கருவாடு எல்லாத்தையும் ஒரு சணல் கயித்திலே மாலை கணக்கா கட்டி அவன் கழுத்திலே போடுவார்கள் — கிண்டலாக எதையாச்சும் சொல்லியபடி.

ஆனால் சும்மா யாராச்சும் ஏப்பா இசக்கிமுத்து இந்த உரலைத் தூக்கிரு பாப்பம் என்று சொன்னால் — சவால் விட்டாலும்கூட அவன் அசைய மாட்டான். அவனுக்கா தோணனும். அப்பத்தான் இதெல்லாம் செஞ்சு காமிப்பான். கடைக்காரத் தேவரை மாதிரி ஒரு சில பேருக்குத்தான் எப்படி அவனைக் கிளப்பி விடுகிறது என்பது தெரியும்.

பகல் நேரங்களிலே வெயிலுக்கு ஆத்தாம, மடத்தில் படுத்து கிடப்பாக. இசக்கிமுத்தும் படுத்திருப்பான். அந்நேரம் வாசல்லே நெல் மூடைகள் கிடக்கும். அதுகளை ரைஸ்மில்லுக்கு கொண்டுபோக வண்டியும் நிக்கும். மூடைகளை வண்டியில் ஏத்த ஆள் தேடிக்கொண்டிருப்பார்கள். மடத்துள்ளேயிருந்து கடைக்காரத் தேவரை மாதிரி யாராச்சும் இந்நேரம் பைய பேச்சைக் கிளப்புவார்கள். "ம்ம் . . . அந்தக் காலத்துலே நாங்க

எளவட்டங்களா இருக்கும்போது எத்தனை அம்பாரமா மூடைகள் கிடந்தாலும் ஒத்தையிலே தூக்கித் தூக்கி வண்டியிலே எறிஞ் சிருவோம். இந்தக் காலத்துப் பயலுகளுக்கு நாலு மரக்காநெல்லைத் தூக்கணுமின்னாக் கூட நாலாள் வேண்டியிருக்கு.”

இவர்கள் பேசுறதையெல்லாம் கவனியாதவன் மாதிரி வேற எங்கிட்டோ பார்த்தபடி படுத்துக் கிடப்பான் இசக்கிமுத்து. ஆனால் அதே பாணியில் அவர்களின் பேச்சு போய்க்கொண்டே இருக்கும். திடீரென்று எழுந்து நின்று தார்ப்பாச்சி கட்டிக்கொண்டு வெளியே பாய்ந்துவிடுவான் இசக்கிமுத்து. அத்தனை மூடைகளையும் முக்கித் திணறி ஒத்தையிலேயே வண்டியில் ஏற்றிவிட்டு வேட்டியை உதறிக்கட்டியபடி “ம்ஹ்ம்... இதெல்லாம் ஒரு வேலையாக்கும்” என்கிற மாதிரி ஒரு பார்வையுடன் போய் பழையபடி படுத்து விடுவான்.

அவனைக் கிளப்பிவிட்ட கிழடுகள் தங்களுக்குள் கண்ணைச் சிமிட்டிக்கொண்டு ‘ஆனாலும் நம்ம இசக்கிமுத்து கணக்கா வேலை பாக்க யாராலும் முடியாதப்பா . . .” என்று அவனைத் தூக்கி வச்சுப் பேச ஆரம்பித்து விடுவார்கள். அதையும் காது கேளாதவன் மாதிரி கண்டுகொள்ளாமலிருந்துவிடுவான்.

இப்பிடி அவனைக் கிளப்பிவிட்டே ஊரில் கலியாணம் சடங்கு, இழவு வீடுகளில் எல்லா வேலைகளும் வாங்கி விடுவார்கள். ஊடே ஊடே ‘ஏயப்பா இசக்கிமுத்தைப் போல உண்டுமா’ என்று சொல்லி விடுவார்கள் அவனுக்கு அது போதும்.

இதனால் அவனுக்கும் அவனோட அய்யாவுக்கும் நாளும் தகராறுதான். அன்னாடம் பாடுபட்டுக் கஞ்சி குடிக்கிற குடும்பத்திலே ஆம்பளைப்பிள்ளை இப்பிடி அத்துவிட்ட கழுதை கணக்கா அலைஞ்சா யாருக்குத்தான் கோவம்வராது. அவன் அய்யா சொல்ற வேலை எதுவும் அவனுக்கு பிடிக்க வில்லை. அதுவுஞ்சரிதான். சும்மா பிடிச்சிக்கிட்டு ‘கிணத்து வெட்டுக்குப்போ’ தொழிவெட்டப்போ’ ‘உழவுக்குப் போன்னு’ உசுரை வாங்கினா அவனுக்கு எப்பிடி பிடிக்கும். தினம் சண்டைதான் மிஞ்சும். அவனுடைய அய்யாவுக்கு என்ன அவன் வேலை செய்யாட்டக்கூட ஒண்ணுமில்லை. அடக்க ஒடுக்கமா நாலு பேரைப் போல நம்ம பய இல்லியேன்னுதான் வேதனைப்பட்டார். நாடகத்து ராஜாபோல அவன் நடக்கிற நடையே அவருக்கு வல்லுசாகப் பிடிக்காது. வீட்டு வாசப்படியை மிதிச்சு ஒரு நாளும் அவன் வீட்டுக்குள் போனதுமில்லை. வந்ததுமில்லை. ஒரே தாவுதான். உள்ளிருந்து வெளியே. கடைசியில் சண்டை நின்று ஒரு சமாதானமான முடிவு வந்தது.

பழைய சைக்கிள் ஒன்றை விலைக்கு வாங்கிக் கொடுத்து கையிலும் பத்து ரூபாயைக் குடுத்து அனுப்பினார் அவன் அய்யா. அவன் தூத்துக்குடி போய் அதற்கு மீனோ கருவாடோ வாங்கி சைக்கிள் பின்னால் ஒரு கூடையில் கட்டி கிராமம் கிராமமாகப் போய் விற்று வந்தான். கொஞ்சம் நிம்மதி அடைந்தார் அவனுடைய அய்யா. ஆனால் அதுவும் ரொம்ப நாளைக்கு நிலைக்கவில்லை.

இவன் போகிற ஊர்களில் கருவாடு வித்தானோ இல்லையோ முதல் காரியமாக ஊரில் இளவட்டக்கல் எங்கே கிடக்குதுன்னு தேடிப்பாத்து அதிலே ஏறி உக்காருவான். உடனே அங்கன ரெண்டு பெரியாட்கள் கூடி விடுவார்கள்.

'யோவ் சண்டியரு... எதுலே உக்காந்திருக்கமின்னு தெரிஞ்சுதாம் உக்காந்திருக்கீரா'

"தெரியாம என்ன எல்லாந் தெரிஞ்சுதாம் உக்காந்திருக்காக" "எளவட்டக்கல்லை மிதிச்சா என்ன செய்யனுமின்னு தெரியுமில்லே."

"என்னய்யா பெரிய பூடகம் போடுறிக" – என்றபடி கல்லை விட்டு எழுந்து சடாரென அந்த இளவட்டக்கல்லைத் தலைக்கு மேலே அத்தாசமாகத் தூக்கி எறிந்து விட்டு, "இம்புட்டுத்தானய்யா" என்பான்.

எல்லாரும் அசந்து போவார்கள். ஆளெம்புட்டுக்காணு நரம்பு கணக்கா இருத்துக்கிட்டு தூக்கிப்புட்டானே, என்பார்கள். பிறகு பிரியத்துடன் அவனிடம் சிலபேர் கருவாடு வாங்குவார்கள். கேட்ட விலைக்கு கொடுத்துவிடுவான். துட்டு இல்லையென்றாலும் பார்க்க பாவமாயிருந்தால் 'அதுக்கென்ன சும்மா கொண்டு போங்க' என்று கொடுத்துவிடுவான். இப்படி சுத்துப்பட்டி பூராவிலும் அவன் பேர் பரவியது.

பழையபடி வீட்டில் நித்தமும் சண்டை நடந்தது. சரி. இந்த வைத்தியமெல்லாம். சரிப்பட்டு வராது என்று அவனுடைய அய்யா நாலு பெரியாட்களிடம் கலந்து பேசி "கீழ்காட்டிலிருந்து காளியம்மாளைக் கொண்டு வந்து அவனுக்குக் கட்டி வைத்து அவளிடம் 'நீ தான் பயலை வசத்துக்குக் கொண்டு வரணும்" என்று சொல்லி தனியாக ஒரு வீட்டையும் பாத்துக் கொடுத்து "இனி ஒங்க பாடு" என்று கையைக் கழுவிவிட்டார். அவளும் ஒரு வருசத்துக்கும் மேலே ஒண்ணும் சொல்லாம அவன் போக்குப்படியேதான் விட்டுவைத்தாள். கருப்பசாமி பிறந்தான்.

பிறகுதான் சதிகாரி காளியம்மா இசக்கிமுத்தை ஊரை விட்டே விரட்டிவிட்டாள் என்று நல்லம்மாப்பாட்டி

கருப்பசாமியிடம் சொல்லியிருந்தாள். இப்பிடி ஏழு வருசங்கழிச்சு அய்யா வந்த நாலாம் நாளே இப்பிடிப் போட்டு வையிராளே ஆத்தா என்று கருப்பசாமிக்கு அழுகை அழுகையாகவும் கோவங் கோவமாகவும் வந்தது. பொம்பிளைகள் எல்லாருஞ் சொன்னது சரியாத்தான் இருக்கும்போல, ஆனா எதுக்காக இப்பிடி வஞ்சு தள்ளுறா என்பதுதான் அவனுக்குப்புரியவில்லை.

அவனுக்கு மட்டுமில்லை. அவனுடைய அய்யா இசக்கிமுத்துக்கும் புரியவில்லை. இவ எதுக்காக இப்பிடிப் போட்டு நம்ம வையிறா! என்ன குத்தம் செஞ்சோம். அவளோட வெறுத்த மூஞ்சியைப் பாக்கவும் வசவுகள கேக்கவும் அவனுக்குக் கலியாணமான முதல் வருசத்திலேதான் இப்பவும் இருக்க மாதிரி இருந்தது. முந்தியும் இப்பிடித்தான் வைதாள்.

'ஆம்பிளைன்னா கஷ்டப்பட்டு நாலுகாசு சம்பாரிக்கத் துப்பிருக்கணும். இப்பிடி மேல் வலிக்காம அலைஞ்சா வீடு எப்படி நடக்கும்.'

தினசரி வசவுதான். அவளுடைய கடுகடுத்த வெறுப்பான முகத்தைப் பார்க்கச் சக்தியில்லாமல்தான் ஊரைவிட்டே ஓடிப்போனான். ஓடிப்போனாலும் அவள் ஆசைப்பட்டபடி இந்த ஏழுவருசமும் ராவாப் பகலாய் மேல்வலிக்க கஷ்டப்பட்டுத்தான் உழைத்தான். மதுரை, திண்டுக்கல், சேலம், கரூர் என்று பல ஊர்களில் ஓட்டல்களில் மாவரைத்தான். தண்ணீர் சுமந்தான். மூடை சுமந்தான், மாவரைத்தும் கிணற்றில் தண்ணீர் இறைத்தும் கையெல்லாம் காய்ச்சுப்போயிருந்தது. அதைக்கூட அவளிடம் காட்டினான்.

"இங்கரு நீ சொன்னபடி கஷ்டப்படுத்தானே இத்தனை வருசம் வேலைபார்த்தேன். பிறகும் எதுக்கு வையிறே" என்று பரிதாபமாகக் கேட்டாள். 'பேசாதே' என்று அவன்மேல் 'வள்' என்று விழுந்தாள். உடனே எதை நினைத்தோ ஏங்கி ஏங்கி அழவும் ஆரம்பித்தாள்.

அவள் முன்னைப்போல அவனை வைய மட்டும் செய்தால் அவன் பழையபடி ஓடிவிடலாம். இப்போது பாவமாக இருந்தது. அழவேறு செய்கிறாளே. ஆனா அழுகையையும் மீறி அவன் மேல் வெறுப்பைக் கக்கினாள். வாயைத் தொறக்கவே விடமாட்டேங்காளே. இந்த ஏழு வருசமும் பல ஊர்களில்தான் கஷ்டப்பட்டதும் மஞ்சக்காமாலையும் டைபாயிட் காய்ச்சலும் வந்து அனாதையாய் அவதிப்பட்டதும்கூட அவனுக்குத் துன்பமாயில்லை. இப்போது என்னதான் செய்வது என்று குழம்பினான்.

கடைசியில் ஒரு முடிவுக்கு வந்து அவளிடம் சொன்னான். “இப்பயும் நீ எப்படிச் சொல்றயோ அது கணக்காகவே செய்யிறேன். பொழுதனைக்கும் என்னய வையாதே காளி. இனுமேயும் நீ வஞ்சையின்னா கிணத்துலே விழுந்து செத்தே போவேன்.”

நிசத்துக்கே அவன் அது ஒன்றுதான் வழி என்று நினைத்தான். இந்த ஏழு வருஷமும் ஒவ்வொரு முறை அவன் ஊருக்குத் திரும்ப நினைத்த போதெல்லாம் அவளுடைய கோபமான கடுத்த முகமும் சிடுசிடுத்த பேச்சும்தான் நினைவில் வந்து கிளம்பவிடாமல் தடுத்தது. இப்பவும் அதே தொடர்ந்தால் கிணத்துலே விழுவதை தவிர வேற வழியே கிடையாது.

அவன் இதைச் சொன்ன பிறகும் ஒரு நாள் பூரா அவ அழுதுகொண்டுதான் இருந்தாள். அவன் வீட்டுக்குள் வர முடியாதவனாக வெளியேவே உட்கார்ந்து எந்தக் கிணற்றில் விழுகலாம் என யோசித்து, ஊரிலேயே ஆழமான நம்மையாநாய்க்கர் தோட்டத்துக் கிணற்றிலேதான் விழுகணும் என்றும் தீர்மானித்துக்கொண்டிருந்தான். அய்யாவின் நிலையை காணச் சகியாத கருப்பசாமி அப்பத்தா வீட்டிலே அழுதுக்கிட்டிருந்தான்.

மறுநாள் சாய்ந்திரம் திடீரென்று அவள் அழுகையை நிப்பாட்டினாள். ஒரு முடிவுக்கு வந்து இசக்கிமுத்தைக் கிட்டத்தில் வரச்சொன்னாள். சின்னப்பிள்ளையிடம் கொஞ்சலாக பேசுகிற மாதிரி அவனுடைய முகத்தை அன்போடு கைகளால் பிடித்துக்கொண்டு ‘நாஞ்சொல்ற படியெல்லாம் கேப்பீரா’ என்று கேட்டாள்.

இவ்வளவு கனிவாக அவள் கேட்டதும் இசக்கிமுத்துக்கு ‘மூஸ்மூசென்று’ இறைத்துக்கொண்டு அழுகையே வந்துவிட்டது. “நீ என்ன சொன்னாலும் கேப்பன்,” என்று உடைந்த குரலில் உறுதியாகச் சொல்லி அவள் தலையில் அடித்து சத்தியம் பண்ணினான்.

கருப்பசாமிக்கு ஏகக் கொண்டாட்டமாப்போச்சு. அவன் அய்யாவும் ஆத்தாவும் ராசியாப்போனது மட்டுமில்லை. அவக வீட்டிலேயே இட்லிக்கடையும் ஆரம்பிச்சுட்டாக. முதல்லே இட்லியும் காப்பியும் மட்டும் போட்டாக. பிறகு வடையும் மொச்சையும் சேந்துக்கிருச்சி. வடைகளையும் மொச்சையையும் ஒரு கடகப் பொட்டியிலே வச்சு தூக்கிக்கிட்டு காளியம்மா நஞ்சைக்காடு புஞ்சைக்காடெல்லாம் அலைந்தாள். காடுகரையிலே வேலை செய்ற சனங்களுக்கு துட்டுக்கு

பருத்திக்கும் தானியத்துக்குமாக தினசரி வித்துவிட்டு வந்தாள். தயார் பண்ற வேலையும் வீட்டிலே யேவாரத்தைக் கவனிக்கிற வேலையும் இசக்கிமுத்துக்கு. படிச்சுக்கிழிச்சது போதுமின்னு கருப்பசாமியைக் கைவேலைக்கு கடையிலேயே இருத்திக்கிட்டாக. அவனுக்கு ஏகக்கொண்டாட்டம். பள்ளிக்கொடம் போகாமல் அய்யா வடை சுடுறதைப் பார்த்துக்கிட்டிருக்கதுலே அவனுக்கு ரொம்பச் சந்தோஷம். அவக அய்யா எல்லாரையும் போல வட்டமாக வடை சுட மாட்டான். சதுரமாகவும் உருளையாகவும் நீளமாகவும் ஏரோப்பிளேன் மாதிரியும் பல சைஸ்களில் மாவை உருட்டிப் போட்டு விடுவான். பார்க்கப் பாக்க வேடிக்கையா இருக்கும்.

இந்த வடைகளை பார்த்து காடுகரையெல்லாம் சனங்கள் சிரிச்சு உருண்டார்கள். விக்கப் போற காளியம்மாக்கு மானக்கேடாய் இருந்தது. ஒருநாள் வந்து விரட்டு விரட்டுன்னு அவனை விரட்டினான். 'சரி சரி இனிமே இப்பிடிச் செய்ய மாட்டேன்னு' சொல்லி பிறகு ஒழுங்கா வட்டமா வடை சுட்டான்.

அவன் காப்பி ஆத்துறதே ஒரு தினுசா இருக்கும். இந்தக் கையிலிருந்து உயரே தூக்கி எறிந்து மறுகையிலிருக்கும் 'கப்பில் ஒத்தப் பொட்டு கூடச் சிந்தாமல் பிடித்துவிடுவான். அதை வேடிக்கை பாக்கத்துக்குன்னே சிறுசும் பெருசுமாய் ஒரு கூட்டம் தினசரி வந்தது. பிறகு அதுக்காக ஒருநாள் அவளைப் போட்டு விரட்டினா காளியம்மா. 'சரி சரி இனிமே செய்யமாட்டேன்னு' சொல்லி பிறகு ஒழுங்கா ஆத்தினான்.

அதே மாதிரி துட்டு இல்லாம வந்து நிக்கிற கஷ்டப் பட்டதுகளுக்கு இட்டிலி வடைகளை அவன் சும்மா தூக்கிக் கொடுக்கிறதை கண்டுபிடிச்சு அதுக்காக ஒருநாள் வசவு உரிச்சுட்டாள் காளியம்மா. சரி சரி இனிமே இப்படி செய்யலேன்னு சத்தியம் பண்ணினான். ஆத்தா வந்து விரட்டுறதும் அய்யா சரிசரின்னு மண்டையை ஆட்டுறதும் கருப்பசாமிக்கு விளையாட்டாயிருந்தாலும் பாதகத்தி பாடாப்படுத்துறாளேன்னு நல்லம்மாப்பாட்டி சொல்ற மாதிரி தானும் நினைச்சுக்கிருவான்.

காளியம்மா சுடு சொல் ஏதும் சொல்லிறக்கூடாதேன்னு பயந்து பயந்து இசக்கிமுத்து மங்கு மங்குன்னு ராவாப் பகலா வேலை பார்த்தான். யேவாரமும் மோசமில்லாம நடந்தது. அவளும் அதிகமாக ஒண்ணும் அவனை வையவில்லை அதுக்குப்பிறகு அவுகளுக்கு ரெண்டு பொம்பிளைப் பிள்ளைகளும் ஒரு பையனும் பிறந்தது. அதனால் இசக்கிமுத்துக்கு இடுப்பொடிய வேலை இருந்தது. வேற எதப்பத்தியும் நினைக்க நேரமேயில்லை.

‘தன் சேட்டைகளையும் கிறுக்குத்தனங்களையும் விட்டு இத்தனை வருசத்துக்குப் பிறகாச்சும் பய ஒரு வசத்துக்கு வந்தானே’ என்று இசக்கிமுத்துவின் அய்யாவும், தான் பட்ட துயரமெல்லாம் போய் தான் ஆசைப்பட்டபடிக்கே நாலுபேரைப் போல தன் புருசனும் ஏதோ சம்பாத்தியம் பண்ணுகிறானே என்று காளியம்மாவும் ஆசுவாசுப்பட்டுக் கொண்டார்கள்.

ஆனாலும் திடீர் திடீரென்று, சமயங்களில் கடைக்கு சாப்பிட வருகிறவர்களிடம் “தாங்கள் என்ன அருந்துகிறீர்கள்? தாக சாந்திக்கு காப்பி தரட்டுமா” என்று அவன் கூத்துக்காரர் களைப்போல பேசுவதையும் ஆளில்லாத சமயங்களில் ஒரு வடையைத் தூக்கிப் போட்டு கருப்பசாமியுடன் பந்து விளையாட்டு விளையாடுவதையும் போல சில சின்னச்சின்ன விஷயங்களை மட்டும் சாகிறவரைக்கும் காளியம்மாவால் திருத்தவே முடியவில்லை.

(ஏப்ரல், 1984)

அந்நியம்

அரெஸ்ட் பண்ணித்தான் அவனைத் திரும்பக் கொண்டு வந்தார்கள். கொண்டு வந்ததும் 'பிரிகேட் குவார்ட்டர் கார்டு'க்குள் சிறை வைத்தார்கள். இறுகிப் போயிருந்த அவனது முகத்தை இறங்கி வழிந்த கண்ணீர்க் கோடுகளால் இளக்க முடியவில்லை. மூன்றாவது நாளில் விசாரணை தொடங்கியது.

கையில் பெட்டியுடனும் கண்களில் தூக்க மின்மையின் கனத்துடனும் உடம்பில் ஒருவாரப் பயணத்தின் அயர்வுடனும் மனசில் அலைமோதிய "உடனே புறப்பட்டு வரவும் – ஸ்டார்ட் இம்மீடியேட்லி" தந்தி வாசகத்துடனும் முக்கு ரோட்டில் இறங்கி மூணுமைல் இருட்டுப் பாதையில் தனியே நடந்து ஊரின் எல்லையை மிதித்தபோது,

"எவண்டா அது நில்றா"

"நான் ... நான் சுவாமிநாதன் ... மிலிட்டரியி லிருந்து வாரேன்"

"நீ எங்கருந்து வந்தான்னடா மயிரு நில்றா அப்பிடியே"

"ஏன் ?"

"நில்றான்னா நிப்பியா – என்னடா கேள்வி மயிரு" பிறகுதான் இருட்டில் மறைந்து நின்ற வெள்ளைப் போலீஸ் வேனும் போலீஸ் கும்பலும் சாமிநாதன் கண்களுக்குப் புலனாயின. நாக்கு வறள நெஞ்சுப் பதைப்பு அதிகரிக்க திகைத்து நின்ற அந்த நிமிஷம் முதல் 'அரெஸ்ட்' பண்ணி

யூனிட்டுக்கு திரும்பக் கொண்டு வரப்பட்டது வரையிலான அனைத்தையும் வெடித்து வந்த ஆங்காரத்தையும் அழுகையையும் மனசில் போட்டு அமுக்கியபடியே விசாரணைக்குழுவிடம் சொல்லி முடித்தான். நீ செய்த தவறை உணர்ந்து மன்னிப்புக் கோருகிறாயா? என்கிற கடைசிக் கேள்விக்கு அழுத்தமாய் மௌனம் சாதித்தான்.

லீவு முடிந்து ஒரு மாதமாகியும் கூட – ஆபீஸர் கமாண்டிங் மூன்று கடிதங்களும் இரண்டு தந்திகளும் அனுப்பிய பிறகும் கூட – அவன் உடனடியாக டூட்டிக்குத் திரும்பாதது முதல் குற்றம். விடுமுறையில் சிவிலியன்களுடன் கைகலப்பில் ஈடுபட்டது இரண்டாவது குற்றம். இவற்றைத் தவறென ஒப்புக் கொள்ள மறுப்பது மூன்றாவது குற்றமென முடிவு செய்யப்பட்டு இருபத்தி எட்டு நாள் *RI* – கடுங்காவல் தண்டனை தீர்ப்பாகியது.

இருபத்தெட்டு நாள் இரவுகளும் சிறைக்கம்பிகளின் பின்னால் கழிந்தன. மங்கிய பகற்பொழுதுகளில் ‘பிட்டு பரேட்’ நடந்து கொண்டிருந்தது. பனிமலையின் முகடுகளில் மோதி எதிரொலித்த ஹவல்தார் மேஜரின் விசில் சத்தத்தின் ஆணையின்கீழ் முதுகில் மணல் மூட்டையுடன் அவன் ஓடினான். திரும்பினான். நடந்தான். உருண்டான். முட்டிங்கைகளை ஊன்றி ஊர்ந்தான். தண்டனை நிறைவேறிக் கொண்டிருந்த ஒவ்வொரு நிமிஷமும் முகத்தின் இறுக்கம் கொஞ்சம் கொஞ்சமாக மனசுக்கு இறங்கிக்கொண்டிருந்தது. இரவுகள் தோறும் பூட்டிய அறைக்குள் படுத்துக் கொண்டு ராசையாவை தூக்கிப்போட்டு மிதித்துக்கொண்டிருந்தான். கனத்த பூட்ஸ் கால்களால் மிதித்துத் துவைத்தான். குறிப்பாக அவனுடைய விடைத்த மூக்கைக் குறிவைத்து தினசரி தாங்கினான். தூக்கம் கலைந்து பகலின் சுமை உடம்பைத் தாக்க வலியை உணர்ந்தபடி ஒவ்வொரு இரவையும் கழித்தான்.

தண்டனைக்காலம் முடிந்தபின்னும் எவருடனும் பேச்சு வைத்துக்கொள்ளாமல் தனித்திருந்தான். பாரக்ஸில் அவனுடன் பேசவும் அவன் துயரத்தைப் பகிர்ந்து கொள்ளவும் சக சிப்பாய்கள் பரிவுடன் காத்திருந்தார்கள். தண்டனை முடிந்து சில தினங்களுக்கு எந்த சிப்பாயும் யாருடனும் பேசமாட்டான் என்பதால் அவனாகப் பேசட்டும் என்று காத்திருந்தார்கள். ஆனால் அவன் எந்த சிப்பாயைப் போலவும் இருக்கவில்லை. ஒரேயடியாகத் தன்னை இறுக மூடிக்கொண்டு விட்டான். மாதங்கள் கழிந்த பின்னும்கூட தெரிந்தெடுத்த ஓரிருவருடன் மட்டும்தான் பேசினான். அவர்கள் அவனுக்கு ஆலோசனை கூறினார்கள். “இங்கிருந்து புகார் எழுதி அனுப்பு – உடனே கவனிப்பான்.” அது சில விஷயங்களில் நடக்கும்தான். ஒரு

சோல்ஜரின் குடும்பத்திற்கு ஏதாவது தொந்தரவு என்றால் சிவில் போலிஸ் விஷேச அக்கறை எடுத்து நடவடிக்கை எடுக்கும் மரபு உண்டு. ஆனால் சாமிநாதன் வெறுப்புடன் சிரித்தான். அந்த இன்ஸ்பெக்டர் சொன்னான் நீ மிலிடரிக்காரனா இருந்தா எனக்கென்னவே. ராசையாவைக் கொல்ல முயற்சி பண்ணினதா உன் தம்பி மேலே கேஸ் ஃபைல் ஆகியிருக்கு. அவனை எங்கே மறைச்சி வச்சிருக்கே, மரியாதையா கொண்டு வந்து ஒப்படைச்சிருங்க. அவ்வளவுதான் என்னால் இப்ப சொல்ல முடியும்"

வக்கீலிடம் ஓடினான். எழுதிக்கொண்டு வந்த புகாரை இன்ஸ்பெக்டர் வாங்க மறுத்ததை சொன்னான். வக்கீல் எல்லாவற்றையும் கேட்டுவிட்டு சொன்னார் "விபத்து நடந்த மறுநாளே உங்க ஆளுக ராசையாவை அடிக்கப் போனது தப்பு. சந்தேகம் இருந்ததானா முதல்ல போலீசுக்குப் புகார் பண்ணியிருக்கணும். இப்ப அவன் முந்திட்டான். அவன் கொடுத்த புகார்தான் முதல்ல பதிவாயிருக்கு. அதோட அவன் கூப்பிட்டதால ஊருக்குள்ள வந்த போலீசையே எதிர்த்து உங்க ஆளுக கல்லை விட்டெறிஞ்சு சண்டை போட்டிருக்காங்க கேஸ் இப்ப அவன் பக்கம் ரொம்ப ஸ்ட்ராங்க்"

எழுந்து போக யத்தனித்தவனை நிறுத்தி வக்கீல் சொன்னார் "தம்பி... ராசையா யாரு அவன் செல்வாக்கு என்னன்னு தெரிஞ் சிருந்தும் அவனிட்ட ஏன் மோதறிங்க. பேசாம உங்க தம்பியை சரண்டர் ஆகச் சொல்லுங்க" அடுத்த வக்கீல் வேறு மாதிரியாகச் சொன்னார் 'நியாயம், தர்மம் எல்லாம் கோர்ட்லே நிக்காது சார். சட்டப்பூர்வமான நிரூபணம் ஏதாவது இருக்கா?' சரிதான் போடா மயிரு என்று மனசில் பேசியபடி வெளியேறினான். எங்கும் வெயில் உறைத்து அடித்தது. ஒதுங்குவதற்கு நிழலற்ற ரோடு உருகிக் கொதித்தது.

மனம் கொதித்தான். அவனை அடிக்கப்போனதுதான் குத்தம். குடிசைகளுக்கு அவன் தீ வச்சதும் பதிமூணு பேர் செத்ததும் குத்தமில்லை. அது விபத்து. தற்செயலான விபத்து. நிரூபணம் வேணும். ஈனத்தாயளிக. கூலித்தகராறு வந்த வருஷத்திலேயே புகார் பண்ணினபோது எங்கே புடுங்கப்போனிக. சங்கம் வச்சு சட்டப்படி கேட்டதுக்கு தீயை வச்சிட்டான். இப்ப நிரூபணம் வேணும்.

இந்தப்புடுங்கின சட்டப்படியெல்லாம் எதுவுஞ் செய்ய வழியே இல்லையென்று சாமிநாதன் சொன்னான். சகசிப்பாய்கள் ஏன் முடியாது என்று வாதம் புரிய முன் வந்தார்கள். அப்பவும் அவன் பேச்சைத் தவிர்த்து விட்டு தனித்துப் போய்விட்டான்.

அவனுடைய மாற்றமும் மௌனமும் அவனை யூனிட் முழுவதின் கவனத்திற்கும் உரியவனாக்கியது. ஆனால் யூனிட் முழுவதையும் கலக்கியடிக்கும்படியாக — முழுரெஜிமெண்டுக்குமே பைத்தியம் பிடித்து திமிலோகப்படும்படியான காரியத்தை அவன் ஒருநாள் செய்துவிட்டான். கமாண்டிங் ஆபீசரான கர்னல் சாஹப் மட்டுமல்ல பிரிகேடியரும்கூட பதற்றமும் பரபரப்பும் அடைந்து ஆலாய்ப்பறக்க மூலைக்கு மூலை வயர்லெஸ் செய்திகளும் படைப்பிரிவுகளும் பறந்துகொண்டிருந்தன. ஒவ்வொருவரும் ஒவ்வொரு விதமான மனநிலைக்கு ஆளாகியிருந்தனர்.

அன்று அதிகாலை ஐந்து மணிக்கு குவார்ட்டர் கார்டு 'டூட்டி மாற்றம்' செய்ய புதிய குழு 'மார்ச்' பண்ணி வந்தபோதுதான் கண்டுபிடிக்கப்பட்டது. கர்னல் சாஹப் படுக்கையிலிருந்து எழுந்திருக்கவில்லை. அவருடைய ஆர்டர்லி வெந்நீர் வைத்துக்கொண்டிருந்தான். படுத்த படி பக்கத்திலிருந்த போட்டாவில் தன்னுடன் நிற்கும் மனைவியையும் மகனையும் பார்த்து மனசில் பெருமூச்சு விட்டுக்கொண்டிருந்த போதுதான் ஹவில்தார் லாயக்சிங் தடதடவென மேல்மூச்சு கீழ்மூச்சு வாங்க ஓடி வந்து பாதி சல்யூட் அடித்தும் அடிக்காமலும் விஷயத்தைச் சொன்னது. படுக்கையை உதறி எழுந்த மறுநிமிஷம் கால்களில் ஷூவை மாட்டியபடிக்கே உத்திரவுகளை பிறப்பிக்க ஆரம்பித்துவிட்டார். சைரன் அலறியது. உடனடியாக 'ரோல் கால்' கூட்டப்பட்டது. அந்த அதிகாலை நேரத்தில் யாரும் கக்கூஸ் கூடப் போயிருக்க முடியாது. உடுப்புகளை மாட்டியும் மாட்டாதபடியுமாக வீரர்கள் ஜீப்களிலும் லாரிகளிலும் ஏறிக்கொண்டு பறந்தார்கள். அனைத்துப் பிற வாகனங்களும் அடுத்தடுத்த செக்போஸ்ட்களில் நிறுத்தி வைக்கப்பட்டன. என்ன ஏது என்று முழுசாக யாரும் கிரகிக்க நேரமில்லை. பறந்துவிட்டார்கள் ஆயுதபாணியாக.

என்ன தைரியம்! ராஸ்கல் ஒரு சிப்பாய் கேவலம் ஒரு ஒரு மதராஸி சிப்பாய் இப்படி எல்லாரையும் விடியற் காலமே எழுப்பி ட்ரில் வாங்கிவிட்டானே என்று கர்னல் சாஹப்பிற்கு ஆத்திரம் ஆத்திரமாக வந்தது. ப்ளடி பாஸ்டர்ட்.

அவனால் கட்டிப் போடப்பட்ட மற்ற குவார்ட்டர் கார்டு சிப்பாய்கள் ஆறுபேரையும் அவிழ்த்து விடுதலை செய்து கொண்டுவந்து நிறுத்தினார்கள். அவர்களைக் குதறி விடுவதைப் போல பார்த்தார். சோதாப் பயல்கள்! அவன் நாலு பேரைச் சேர்த்துக்கொண்டு கட்டிப்போட்டு கண்ணையும் வாயையும் துணிவைத்துக்கட்டும் வரைக்கும் தூங்கியிருக்கிறான்கள்! கொண்டுபோய் இவன்களை குவார்ட்டர் கார்டுக்குள்ளே தள்ளு

என்று விரட்டினார். தப்பிப்போன ஆறுபேரும் கடத்திச்சென்ற பொருட்களின் பட்டியல் வந்தது.

லைட் மிஷின் கன்	*– 1*
தானியங்கி 303 ரைபிள்	*– 3*
LMG மேகஸின்கள்	*– 5*
துப்பாக்கி ரவைகள்	*– 300*

ப்ளடி பாஸ்ட்டர்ட்

டெலிபோனில் பிரிகேடியர் கிண்டலாக குத்திக்காட்டியதை குரோதத்துடன் நினைத்துப் பொருமினார் கர்னல் சாஹப்.

பகலெல்லாம் கூடாரங்கள் ஆளரவமற்று வெறிச்சோடிக் கிடந்தன. குவார்டர் கார்டு மணி ஓசையைத் தவிர வேறு சத்திமில்லை. இரவு ஏழு மணிக்குத்தான் முதல் ஜீப் திரும்பியது. பிடிபட்டுவிட்டார்கள். உடனடியாக ஆம்புலன்ஸ் தேவை. ஜீப் வழிகாட்ட ஆம்புலன்ஸ் பறந்தது.

ராஸ்கல் வரட்டும் என்று கர்னல் சாஹப் காத்திருந்தார். ஆனால் நினைவு திரும்பாத மயக்கநிலையில்தான் அவனைக் கொண்டுவந்தார்கள். அவ்வளவு லேசில் அவர்களைப் பிடித்துவிட முடியவில்லை. எந்த சாலையையும் பயன்படுத்தாமல் பனிப்பாறைகளின் ஊடாக – உறைந்து கிடந்த ஜ்வலமுகி நதியின் மார் மீது – நடந்து சென்றார்கள். ஜ்வலமுகி கீழே பதினாறாவது கிலோ மீட்டரில் தீஸ்தாவுடன் இணைகிற இடத்தில் கொஞ்சம் சமவெளி. அங்குதான் பிடிபட்டுவிட்டார்கள். அதுவும் ஒரு சின்ன யுத்தமே நடத்தவேண்டியிருந்தது. மூன்று சிப்பாய்கள் காயமடைய சாமிநாதன் தப்பியோடும் போது தலைகுப்புறப் பாறையில் மோதி மூர்ச்சையாக –

மறுநாள் மாலையில் தான் கண் திறந்தான். விழித்த சில நிமிஷங்களில் கர்னல் சாஹப் அவன் கண்முன் தோன்றினார். "யூ ப்ளடி ஃபூல்" என்று ஆரம்பித்து இங்கிலீஷிலும் இந்தியிலுமாக கால்மணி நேரம் சாடினார். ஆனால் அவன் எவ்விதச் சலனமுமின்றி அசையாமல் அவரையே பார்த்தபடி அமர்ந்திருந்தான். திடீரென ஆத்திரம் மேலிட அடிக்கப்போகிறவரைப் போல கையை ஓங்கிக்கொண்டு ஏதோ சொல்லியபடி அவனை நெருங்கினார். அப்போது யாரும் எதிர்பாராதபடி சாமிநாதன் குதித்தெழுந்து கையில் துப்பாக்கி இருப்பதான பாவனையில் உணர்ச்சிக்கொடுந்தளிப்புடன் "ச் சா . . .ர்ஜ்" என்று பனிமலைகள் தகரும்படியான குரலெழுப்பி துப்பாக்கி முனையால் எதிராளியைத் தாக்கினான். துப்பாக்கி

முனையிலிருந்த கூர்மையான பயோனெட்டால் மாறி மாறி எதிரியின் வயிற்றில் குத்தினான். ஒவ்வொரு குத்துக்கு முன்னும் ச்சா . . .ர்ஜ் தடுமாறிப்போனார் கர்னல் சாஹப். நாலைந்து பேர் சேர்ந்து அமுக்கிப் பிடித்துத்தான் படுக்கவைக்க முடிந்தது. படுத்த மறு நிமிஷம் 'சார்ஜ்' என்ற அலறியபடி கட்டில்மீதேறி பயோனெட்டால் எதிரியைக் குத்திக் கொல்ல ஆரம்பித்தான். வேறு வழியின்றி கட்டிலோடு சேர்த்து கையையும் காலையும் கட்டிப்போட்டு தூங்குவதற்கு ஊசியை ஏற்றினார் டாக்டர்.

யுத்த ஒத்திகைப் பயிற்சி நடந்துகொண்டிருந்தது. கையகப்பட்டுவிட்ட எதிரியை குண்டுகளை வீணாக்காமல் கொல்லும் பயிற்சி. அவனை முதலில் கதிகலங்கச் செய்ய ஒரே கூக்குரலில் சார்ஜ் . . . என்று அலற வேண்டும். மிரண்டுபோய் அவன் நிற்கும்போது துப்பாக்கி முனையில் இணைத்திருக்கும் பயோனெட்டை அவன் வயிற்றில் பாய்ச்சிவிட வேண்டும். ரெடி – இந்த பஞ்சு பொம்மைதான் துஷ்மன். கம் ஆன்–ஒன்–டூ–த்ரீ.

ச்சா . . .ர்ஜ்

சார்ஜ்

சார்ஜ்

புளியமரத்தில் ராசையாவைக் கட்டியிருந்தது. ஊர் கூடியிருக்க சாமிநாதனின் தம்பி முத்துராசு கதறிக்கொண்டிருந்தான்.

"நம்ம ஆத்தாளையும் அய்யாவையும் தீயை வச்சுக் பொசுக்கிட்டாண்ணே . . ."

ஒன்–டூ–த்ரீ

சார்ஜ்

ச் . . .சார்ஜ்

ராசையாவின் வயிற்றில் சாமிநாதன் பயோனெட் பாய்ந்து பாய்ந்து மீண்டது.

மறுநாள் விடியும் முன்பாக சாமிநாதனையும் இரண்டு மருத்துவ உதவியாளர்களையும் ஆயுதந் தாங்கிய மிலிடரி போலீஸ் இருவரையும் சுமந்துகொண்டு ஆம்புலன்ஸ் கீழ்நோக்கிப் பயணப்பட்டது. நெடுந்தொலைவிலிருந்த பேஸ் ஹஸ்பிடலுக்கு அவனை கொண்டு செல்ல உத்தரவாயிருந்தது.

மாலைச் சூரியனை தரிசித்த போது வண்டி சமவெளியில் பிரவேசித்தது. எல்லோரும் உல்லன் ஆடைகளைக் களைந்து, எறிந்தனர். ஜன்னலோரத்து இருக்கையில் சாய்ந்து அமர்ந்

திருந்தான் சாமிநாதன். சமவெளி, நீண்டு பரந்த சமவெளி. மரம் செடிகளற்றுத் தொடுவானம் வரை நீண்ட சமவெளி. ஆம்புலன்ஸ் விரைந்து கொண்டிருந்தது.

கைதுசெய்து காவலுக்கு வந்த சிவில் போலீஸ் தூங்கி விழுந்து கொண்டிருந்தனர். ரயில் விரைந்து பாய்ந்து கொண்டிருந்தது. சமவெளிப் பயணமும் நிசப்தமும் நிசப்தம் கலைத்த குக் கூகூகூ வென்ற ரயிலின் ஓலமும் நெஞ் சைப் பிசைந்தன. சமவெளியெங்கும் கூ கூ கூ...வென்ற ரயிலின் ஓலம் மோதிச் சிதறியது. முடிவில் தொடங்கிய அடிவானில் மோதி எதிரொலித்தது. சிவந்தவானம் இன்னும் செக்கச்சிவந்து சிவந்து நெருப்பைப் பொழிந்தது. வானம் உருகிக் குழம்பாய்க் கொதித்துச் சமவெளியில் சமவெளியெங்கும் பாய்ந்து கரைபுரண்டு வந்தது. கூ கூ குக் கூ வென்ற ஓலமிட்டு மனிதர்கள் நெருப்பாற்றில் வெந்து கருகினர். முத்துராசு கதறினான். சாமிநாதன் முட்டி முட்டி அழுதான்.

ஆம்புலன்ஸ் ஜன்னல் கண்ணாடியில் ரத்தம் தெறிக்க சாமிநாதன் மூர்ச்சையானான். கூ கூ கூ ... வென்ற ஓலம் மட்டும் நீண்டுகொண்டே சென்று ஒரு மாயச்சுழலில் சிக்கிச் சுழன்று சுழன்று முன்னோக்கிப் பெரிதாகிக்கொண்டே வந்துகொண்டிருந்தது.

சாமிநாதன் கண்விழித்தபோது இளங்காலைச் சூரியனின் கதிர்கள் கண்ணாடி ஜன்னல் வழியே உள்ளே நீண்டன. ஜன்னலுக்கு வெளியே மைதானம் ஒன்று பசும் புல் பரப்புடன் நீண்டு கிடந்தது. மைதானத்தின் ஓரத்தில் நின்ற வேப்பமரத்தை வைத்துதான் இருப்பது ராஸ்கல் அந்த வக்கீலின் வீடல்லவா என்பதை உணர்ந்து திடுக்கிட்டு வெளியேறப் போனான். ஆனால் அந்தச் சிறு அறையின் கதவுகள் பூட்டப்பட்டிருந்தன. கொதிப்படைந்து கதவை அறைந்தான். "தர்வாஜா கோலோ" என்று அறைந்து அறைந்து கத்தினான். அதற்குள் ஜன்னலுக்கு வெளியே படை வீரர்களின் அணிவகுப்பு ஆரம்பமாகிவிட்டது. லெப்ட்–ரைட்– லெப்ட் ... லெப்ட்

ஐயோ நேரமாகிவிட்டதே என்று பதறி ஓடி ஜன்னலில் முகம் புதைத்துப் படை வரிசையில் தன் இடத்தைத் தேடினான்.

லெப்ட்–ரைட்–லெப்ட்... லெப்ட். லெப்ட்–ரைட்–லெப்ட்.

(டிசம்பர், 1985)

பொன்ராசின் காதல்

வெளித்திண்ணையில் துப்பட்டியை இழுத்துப் போர்த்திப் படுத்துக்கொண்டு மானசீகமாக சந்திராவுடன் இன்பமாகப் பேசிக்கொண்டிருந்தான் பொன்ராஜ். அது ஒரு கடற்கரை. அவள் மடியில் அவன் தலையை வைத்துக்கொண்டு கிறக்கத்தோடு அவளோடு பேசிக்கொண்டிருந்தான். வீட்டுக்குள்ளே படுத்திருந்த பொன்ராசின் ஆத்தாள் வேண்டுமென்றே செய்வதுபோல தொடர்ந்து 'கொல் கொல்' என்று கடுமையாக இறுமிக்கொண்டிருந்தாள். பொன்ராசுக்கு வந்த ஆத்திரத்தில் 'அந்தமானக்கிப்போயி அவ கொதவளையை நெறிச்சுக் கொன்னுரலாமா' என்று நினைத்தான். இறுமி இறுமியே சந்திராவை விரட்டிவிட்டாள். திரும்ப மனசுக்குள் கொண்டுவர முடியவில்லை.

இந்த ஆத்தாள் ஒரு குணங்கொண்டவள். அவ செய்யிற காரியம் எதுவுமே அவனுக்குப் பிடிக்காது. எந்தக்காரியத்தைத்தான் அவள் ஒப்பரவாக விட்டாள்? முதலில் அவன் பெரிய பத்துவரைக்கும் படிச்சதே போதும், மேக்கொண்டு படிக்கப் போக வேண்டாம். அனுப்பமாட்டேன் என்று பிடிசாதனை பண்ணினாள். இவன் பி.ஏ. படிக்கணும் என்று முரண்டு பிடித்துக்கொண்டு சோறு தண்ணி வேண்டாமென்று மூலையில் படுத்துக்கொண்டான். பிறகு 'சரி படிக்கப்போ' என்றாள். ஆனால் அவன் இஷ்டப்படி அல்ல. விருதுநகரில் ஐடிஐயில் சேர்ந்து வயர்மேனுக்குப் படிக்கணும் என்றாள். இவன் பி.ஏ.தான் என்று ஒத்தக்காலில் நின்றான். அவனை இழுத்துக்கொண்டு போய் சுப்பிரமணி மாமாவின் முன்னால் நிறுத்தினாள்

ஆத்தா. மாமா இவனுக்கு நல்ல வார்த்தைகள் சொல்லி தொழிற் கல்வியின் பயன்களையும் சொல்லி ஐ.டி.ஐ யிலதான் சேர வேண்டும் என்று சொன்னார். இவன் சரி என்று ஒத்துக்கொண்டு வயர்மேன் கோர்ஸில் சேர்ந்தான். அவர் சொன்னதுக்காக மட்டும் அவன் சரியென்று சொல்லவில்லை. மாமா அவனுடன் பேசிக்கொண்டிருந்தபோது வீட்டுக்குள்ளேயிருந்து அவருடைய மகள் சந்திரா இவனைப்பார்த்து சிநேகமாய் சிரித்த மாதிரி இருந்தது. அந்தச் சிரிப்புத்தான் இவனை ஒப்புக்கொள்ள வைத்தது. அந்தச் சிரிப்பின் மயக்கத்திலேயே ரெண்டு வருஷத்தை ஓட்டிவிட்டான்.

படிப்பு முடித்து வந்ததும் "சொந்தமாக தொழில் பண்ணணும். வயக்காட்டை வித்து துட்டுக்கொடு" என்று ஆத்தாளிடம் கேட்டான். அவளா கொடுப்பாள்? ஆத்தாடி அது பரம்பரைச் சொத்தல்லோ என்று மறுத்துவிட்டாள். "சரி அப்பண்ணா காதிலே கிடக்கிற பாம்படத்தையாச்சும் கழட்டிக்கொடு" என்று கேட்டான். அதுக்கும் முடியாது என்று சொல்லிவிட்டாள்.

அன்றைக்கு அவள் கழட்டிக் கொடுத்திருந்தால் இப்பம் இப்பிடி ராமசாமி மாமாகிட்ட இருநூறு ரூவாச் சம்பளத்துக்கு கரிமூடைகளை ஏற்றிக்கொண்டு லாரியில் லோடு அடித்துக் கொண்டு திரியவேண்டியதில்லை. எது எடுத்தாலும் ஏனைக்குக் கோனையாக செய்து கொண்டு இப்ப தூங்கவும் விடாமல் நாய் மாதிரி 'வள் வள்'ளுண்ணு இருமிக்கிட்டுக் கிடப்பதை நினைக்க நினைக்க இன்ன மட்டுதான் என்றில்லாமல் ஆத்திரமாய் வந்தது அவள்மேல். ச்சேய்க் கழுதைய.

ஆத்தா செய்த காரியங்களிலே ஒன்றே ஒன்றுதான் அவன் சந்தோஷப்படும்படியாக இருந்தது. அது சந்திரா விஷயம்தான். ஊரில் வீட்டை விற்றுவிட்டு சுப்பிரமணி மாமா குடும்பத்தோடு டவுனுக்கு குடிபோன பிறகு ரெண்டு மூணு தடவை ஆத்தா அங்கு போய் வந்தாள். போகிறவட்டமெல்லாம் மாமா, அத்தையிடமும் சந்திராவிடமும் பொன்ராசைப்பற்றி ரொம்ப பெருமையாகச் சொல்லி வைத்திருந்தாள். இவன் ஊரில் இப்போது வயரிங் காண்டராக்ட் எடுத்து நல்ல சம்பாத்தியம் பண்ணுவதாகவும் ரொம்பவும் பொறுப்பா இருப்பதாகவும் ராமசாமி மாமாகூடச் சேர்ந்து இப்ப புதுசா லாரி வாங்கி கரிமூடை காண்ட்ராக்ட் எடுத்து அதிலேயும் நல்ல சம்பாத்தியம் என்றும் பலவிதமாக சொல்லிவிட்டு வந்திருந்தாள்.

அதைக் கேள்விப்பட்டதிலிருந்து ரொம்பப் பெருமையாக இருந்தது அவனுக்கு. தன்னுடைய அந்தஸ்த்தே மிகவும் உயர்ந்து விட்டாற்போல இருந்தது.

ஆத்தா சொன்னதைக்கேட்டு மாமா, அத்தையும் குறிப்பாக சந்திராவும் தன்னைப்பற்றி என்ன நினைத்திருப்பார்கள் என்று பலவாறு கற்பனைசெய்து மனக்கிளர்ச்சியடைந்தான். சந்திராவை பின்னால் ஏற்றிக்கொண்டு மோட்டார் பைக்கில் பறந்தான்.

“க.பொன்ராசு, ஐ.டி.ஐ காண்ட்ராக்டர் அன் நிலக்கிழார்” என்று ஒரு ரப்பர் ஸ்டாம்பு செய்து வைத்துக்கொண்டான். சுப்பிரமணிமாமாவுக்கும் மாமாவின் பையன்களுக்கும் இந்த ஸ்டாம்பை பதித்து பொங்கல் வாழ்த்து அனுப்பினான். எப்படியும் அதை சந்திரா பாக்காமலா போவாள்.

தன் “அந்தஸ்து” ஞாபகம் வந்துவிட்டால் லாரியில் லோடு ஏற்றுகிற ஆட்களோடு சகஜமாக பேசமாட்டான். “ம் ம் . . . ஆவட்டும் . . . சீக்கிரம்” என்று கறாரான முதலாளி மாதிரி நடந்துகொள்வான். இருபத்திநாலுபேரை வச்சு தான் வேலை வாங்குகிற பெருமையெல்லாம் ஒரு செய்தியாகவாச்சும் சுப்பிரமணி மாமாவுக்கு தெரிந்தால் நல்லாயிருக்கும். டவுனில் ரொம்ப வசதியாக இருக்கும், அவருக்கு அப்பத்தான் தன்னைப்பற்றி ஒரு நல்ல அபிப்பிராயமும் “சரி இவனுக்கு நம்ம பெண்ணைக் குடுக்கலாம்” என்ற எண்ணமும் ஏற்படும் என்று நினைத்தான்.

தானே ஒரு தடவை நேரில் சென்று வந்தால்தான் சரியாக இருக்கும் என்று முடிவு செய்தான். உள்ளே இருமிக்கொண்டிருக்கும் இந்தக்கிழடிதான் மசியமாட்டேங்கிறாள். ஒரு மோதிரமும் கடிகாரமும் கூட இல்லாமல் எப்படிப் போறது. பாம்படத்தை கழட்டிக்குடு என்று நேற்றிலிருந்து மல்லுக்கு நிற்கிறான். அவன் மசிய மாட்டேங்கிறாள்.

வழக்கமான “சோறு வேண்டாம்” என்கிற தன் ஆயுதத்தை விடிந்ததும் பிரயோகம் செய்தான். காலையிலும் மத்தியானமும் சாப்பிடாமல் படுத்தே கிடந்தான். சாயந்திரம் ஆத்தா பாம்படத்தைக் கழட்டிக் கொடுத்துவிட்டாள். ராத்திரிகாருக்கே டவுனுக்கு கிளம்பினான். கோல்டு கவரிங் செயின் போட்ட கடிகாரமும் கனமாக ஒரு மோதிரமும் வாங்கினான். விலை கூடின துணியில் பேண்ட், ஷர்ட், ‘டிஸ்கோ’ மாடலில் தைக்கப் போட்டான்.

ரெண்டு நாள் கழித்து பேண்ட், ஷர்ட்டோடு ஸ்டெப் கட்டிங்கும் செய்துகொண்டு கேக், பிஸ்கட், ஆப்பிள் என்று டவுன் பலகாரங்களாக முப்பது நாப்பது ரூபாய்க்கு வாங்கிக்கொண்டு திருப்தியுடன் மாமா ஊருக்கு வண்டி ஏறினான்.

பிஸினஸ் விஷயமாக வந்ததாகவும் அப்படியே பாத்துட்டுப் போகலாமென்று தோன்றியதால் வந்ததாகவும் மாமா அத்தையிடம் சொல்லிக்கொண்டான். தன் வயரிங் காண்டிராக்ட்களைப் பற்றியும் லாரி பிசினஸ் பற்றியும் அதிலுள்ள சிக்கல்கள் பற்றியும் அதையெல்லாம் சமாளிக்கும் தன் திறமையைப் பற்றியும் நுணுக்கமாகவும் விளக்கமாகவும் ஆத்தா சொல்லிவிட்டுப் போனதுக்கு மேலே மாமாவிடம் அளந்துவிட்டான். பேச்சின் போக்கில் தன் புதுக்கடிகாரத்தையும் மோதிரத்தையும் பற்றிக் குறிப்பிட மறக்கவில்லை. அவனுடைய பேச்சு அவனுக்கே ரொம்ப திருப்தியாக இருந்தது. மாமாவுக்கு நிச்சயம் தன்னைப்பற்றி ஒரு நல்ல அபிப்ராயம் ஏற்பட்டிருக்கும் என்று நம்பிக்கை வந்தது.

மத்தியானம் சாப்பிட்டதும் ஏதோ அவசர ஜோலி இருக்கிறமாதிரி (பிசினஸ்லே ஆயிரம் ஜோலி இருக்கும்; உக்காந்து விருந்து சாப்பிட்டுக்கிட்டு இருக்க முடியுமா) "அப்ப நான் வரட்டுமா மாமா" என்று கிளம்பினான் "அட ரெண்டு நாளைக்கி இருந்துட்டுப்போங்க மாப்ளே" என்று மாமாவோ அத்தையோ சொல்லவில்லை. "புறப்பிட்டியா ... போயிட்டுவா" என்று சொல்லிவிட்டார்கள். அவனுக்கு ரொம்ப வேதனையாக இருந்தது. புறப்பட்டு உடனே ஊருக்கு வராமல் டவுனில் சேர்ந்தமானக்கி ரெண்டு சினிமா பார்த்து ... அப்படியும் மனசு ஆறாமல் – ஊர்வந்து சேர்ந்தான்.

ஊரிலிருந்து வந்ததிலிருந்து நிமிசத்துக்கொருதரம் கண்ணாடியைப் பார்க்கவும் பேண்ட்டை மாட்டவும் வீட்டுக்குள்ளேயே நடந்துபார்க்கவுமாக இருந்தான். "வேலைக்குப் போகலையாய்யா என்று ஆத்தா கேட்டபோது 'வள்'ளென்று விழுந்தான். காட்டை வித்துக்குடு, தொழில் ஆரம்பிக்கணும் என்று மறுபடி சண்டையை ஆரம்பித்தான். ஒன்றும் பலிக்கவில்லை. அவன் பாம்படத்தை வித்த கொடுமையைச் சொல்லி அவள் பதில் சண்டைபோட ஆரம்பித்தாள். வெறுப்படைந்து ரெண்டுநாள் பேசாமலிருந்தான்.

பிறகு ராமசாமி மாமா வந்து சத்தம் போட்டு வேலைக்கு அழைத்துப் போனார். வேலையில் மனசு ஒட்டவில்லை. மாமா ஊருக்குப்போய் வந்ததிலிருந்து மனசு லேசாய் ஆட்டம் கண்டிருந்தது. "ஏ ... இங்க பாரு ஒம் மச்சான் வந்திருக்காரு" என்று இவன் கிளம்பியபோது அத்தை கூப்பிடவும் உள் அறையிலிருந்து வந்து சிரித்தபடி "வாங்க" என்று கேட்டுவிட்டுப் போன அந்த சந்திராவை அவனால் அடையாளம் கண்டுகொள்ள

முடியவில்லை. மஞ்சள் கிழங்காய் பூரித்திருந்த அவள் உடம்பும் உயரமும் பிரகாசமாய் மின்னிய அவள் முகமும் இவன் நெஞ்சை லேசாய் நடுங்கச் செய்தன.

அவன் வருஷக் கணக்காய் கற்னை பண்ணி வச்சிருந்த மாதிரி பாவாடை தாவணியில் புது நிறமாக மெலிந்த உருவத்தினளாக சந்திரா இல்லை. நல்ல வளத்தியாக விலை உயர்ந்த சேலை துணிமணியில் யாரோ போல இருந்தாள்.

அவன் உடனடியாக தன் உடம்பை எப்படித் தேற்றுவது என்று கவலையில் மூழ்கியிருந்தபோது திடுக்கிடும்படியாக அடுத்த மாதமே சந்திராவின் கலியாணப் பத்திரிகை வந்துவிட்டது. மாப்பிள்ளை ஒரு இன்சினியர். பத்திரிகையைப் பார்த்ததும் அவன் நெஞ்சுக் கூடெல்லாம் எரிந்து போகிற மாதிரி ஏக்கமும் பெருமூச்சுமாய் வந்தது. காய்ச்சல் வந்த மாதிரி ரெண்டு நாள் படுத்துவிட்டான். சாப்பாடு இறங்கவில்லை.

கலியாணத்துக்கு அவனும் போகவில்லை. ஆத்தாளும் போகவில்லை. கலியாணத்துக்கு முதல் நாளே டவுனுக்குப் போய்விட்டான். காலை, மதியக்காட்சிகள் இரவுமுதல் ஆட்டம், ரெண்டாவது ஆட்டம் என்று சோறு தண்ணிகூடக் குடிக்காமல் வெறியோடு சினிமா பார்த்துத் தள்ளினான்.

மூணுநாள் கழித்து சாயந்திர பஸ்ஸில் அவன் ஊர் வந்து இறங்கினபோது கண்ணில் கருவளையம் விழுந்து போயிருந்தது. முதுகில் கூன் விழுந்து வயசானவனைப் போல தள்ளாடி நடந்து வந்தான். இவன் வந்த கோலத்தைக் கண்டு ஆத்தா அழுது கூப்பாடு போட்டாள். இவன் ஒன்றும் பேசாமல் திண்ணையிலேயே முடங்கிக் கிடந்தான். காசம் வந்தவன் கணக்கா இருமிக்கொண்டும் காரிக் காரித் துப்பிக் கொண்டும் பார்க்கப் பரிதாபமாக இருந்தான்.

இதுக்குப்போய் இப்படி உருகிச் சாகலாமா என்று இவனைச் சத்தம் போட்டு வெளியே அழைத்துப்போன பால்ய சினேகிதன் வேல்ச்சாமியோடு தினசரி காளியம்மன் கோவிலுக்குப் பின்னால் வேலிச்செடி மறைவில் கஞ்சா அடிக்க ஆரம்பித்தான். சாப்பிட மட்டும் வீட்டுக்கு வந்தான். மடத்திலேயே படுத்துக் கிடந்தான். வேல்ச்சாமியோடு சுற்றினான். ஆத்தாள் ராவெல்லாம் புலம்பினாள். பகலில் காணும் போதெல்லாம் வைதாள்.

ராமசாமி மாமாவின் கண்ணிலேயே படாமல் திரிந்தான். ஒருநாள் கஞ்சா அடிக்க வேலிச்செடி மறைவில் ஒதுங்கியபோது வகையாக ராமசாமி மாமாவிடம் மாட்டிக்கொண்டான். "நான் ஒன்னப்பத்தி எப்படியெல்லாம் நினைச்சு வச்சிருக்கேன். நீ

இப்பிடிக் கெட்டுக் குட்டிச் சுவரா ஆயிக்கிட்டிருக்கே” என்று பெருங் கூப்பாடாய் போட்டார். “தரதர”னு கையைப் பிடித்து இழுத்துக்கொண்டே போய்விட்டார்.

பழையபடி லாரியில் ஓடினான். ராமசாமி மாமா சம்பளத்தை முன்னூறாக உயர்த்தினார். நிறைய பொறுப்புகளை இவனிடம் கொடுத்தார். சரியென்று இவனும் செய்தான். தினசரி லாரியில் ஓட – கணக்கு வழக்குப் பார்க்க – டவுனில் சினிமா பார்க்க – ஊர் திரும்பினால், சாப்பிட்டு விட்டு திண்ணையில் முடங்க என்று இருந்தான். யாரிடமும் ஜாஸ்தி பேச்சுக் கிடையாது. யார்கிட்ட பேச என்ன இருக்கு?

சந்திரா இப்ப மாசமாயிருக்கிறாள் என்று கேள்விப்பட்ட அன்றைக்கு ராத்திரி நிறைய குடித்தான். வேல்ச்சாமிதான் அவனை நடத்தி வீடு கொண்டு சேர்த்தான். ஆத்தா வேல்ச்சாமியை வசவு உரித்து விட்டாள்.

இப்படியே போனால் அவன் ஒண்ணுக்குமத்தவனாப் போயிருவானே என்று ஆத்தா ரொம்ப கவலைப்பட்டாள். ஒருநாள் ராத்திரி ராமசாமி மாமாவிடம் போய் புலம்பினாள். அவர் இதற்குத்தான் காத்திருந்தமாதிரி ஒரு யோசனையை அவளிடம் சொன்னார்.

அந்த யோசனைப்படி அவருடைய மகள் செண்பகவல்லிக்கும் பொன்ராசுக்கும் கலியாணப் பேச்சு நடந்தது. ஆனால் அந்தப் பேச்சை எடுத்தாலே பொன்ராசு ஆத்தாளைக் கடித்துக்குதறினான். கலியாணம் இல்லைன்னு இப்ப யாரு அழுதாக. கலியாணம் பேசறாளாம் கலியாணம். வீட்டுக்கே வராமல் அலைந்தான் மறுபடியும்.

வேல்ச்சாமிதான் அவனை வழிக்குக் கொண்டு வந்தான். சின்னப்புள்ளையிலிருந்தே செண்பகவல்லி அவனையே நினைச்சுக்கிட்டிருப்பதாகவும் ‘கட்டினால் பொன்ராசு மச்சானைத்தான் கட்டுவேன் இல்லாட்டி காலம்பூரா இப்பிடியே இருந்திர்றேன்’ என்று அவள் சொல்லிவிட்டதையும் இன்னும் பலதையும் சொல்லி வேல்ச்சாமி அவனைக் கரைத்து விட்டான்.

கலியாணம் நடந்தது.

கலியாணம் முடிந்த பிறகு தான் பொன்ராசுக்கு செண்பகவல்லியின் அருமை தெரிந்தது. ராமசாமி மாமா தனக்கு இதுவரை உறுத்தாக உதவிகள் செய்ததற்கெல்லாம் காரணம் அவள்தான் என்பது தெரிந்தது. ச்சே ... இவளைப்பத்தி இதுநாள் வரைக்கும் நினைக்காமலே இருந்துட்டமே என்று

ரொம்ப வருத்தப்பட்டான். செண்பகவல்லியின் மீது புதுசாக பிரியம் சுரந்தது.

இன்னொரு முக்கிய காரணம் இவள் சந்திராவைப் போல அல்லாமல் இவனைவிட கருத்துப்போய் மெலிந்த திரேகத்துடன் இவனுடைய பிடிக்குள் முற்றிலும் அடங்குகிறவளாய் இருந்தாள். அதுவே இவனை மேலும் மேலும் கிளர்ச்சியுறச் செய்து கொண்டிருந்தது. ஒருவித வெறியுடனே அவளை அணுகினான். அவளோ ஒரு குழந்தையைப்போல அவனை ஆதரித்தாள். அது இன்னும் அவனுள் வெறி கிளப்பியது.

பிஸினஸ் முழுக்க இப்போது அவனுடைய கவனிப்பில்தான். அவளை அணுகுவது போலவே வேலைகளிலும் வெறியாக இருந்தான். சோறு தண்ணியை நினைக்காமல் லாரியில் ஓடவும் கணக்கு வழக்கு பார்க்கவுமாக இருந்தான். சினிமா பார்ப்பதையே நிறுத்திவிட்டான். அது என்ன தண்டச் செலவு? அந்த ரூவாயிக்கு ஒருநாள் காய்கறிச் செலவை சரிக்கட்டலாமே!

அவனுடைய வேகமும் செயல்களிலிருந்த வெறியும் எதனால் என்று மாமாவுக்கோ ஆத்தாளுக்கோ புரியவில்லை. எல்லாம் நல்லதுக்குத்தான் என்று நினைத்துக் கொண்டார்கள். ஆனால் தன் மனசுக்குள் நெருப்பாய் கனன்று கொண்டிருந்த சவாலை அவன் மட்டும் உணராமலில்லை.

"அவன் என்ன பெரிய இன்சினியருன்னா ஆயிரம் ரூவா சம்பாரிப்பானா . . . நாம் பாரு எவ்வளவு கொண்டாந்து குமிக்கிறேன்னு . . ."

(ஆகஸ்ட், 1984)

வார்த்தை

அநேகமாய் எல்லாம் தயார் பண்ணியாச்சு. சோலையப்பனுக்கு ரொம்ப சந்தோஷமும் திருப்தியும், இருப்பதில் நல்லதாக – குண்டிக்கு நேரே கிழியாததாக – இரண்டு டவுசரும், எல்லாப் பித்தானும் இருக்கிற ஒரு சட்டையும் துவைத்து, மடித்து – மடிப்பு நல்லா விழுவதற்காக ‘டிரங்க்‘குப் பெட்டிக்கு அடியில் வைத்தாயிற்று. டிரைவர் மாமா வீட்டிலிருந்து ஒரு சின்ன பிளாஸ்டிக் பையும் வாங்கி வந்து தூசியெல்லாம் தட்டி ஈரத் துணியால் துடைத்து ஒட்டியிருந்த அழுக்கெல்லாம் நீக்கியாச்சு – இனி போவதற்கு முதல் நாள் இந்தப் பையைக் கொஞ்சம் எண்ணெயில் முக்கிய துணியால் துடைத்துவிட்டால் போதும். புதுசு மாதிரியாகிவிடும்.

இதில் கொஞ்சம் அவனுக்கு மனக்குறைதான். தோளில் தொங்கப் போடுகிற மாதிரி பள பளன்னு ஒரு ‘ஏர் பேக்’ டிரைவர் மாமா வீட்டில் இருக்கத்தான் செய்கிறது. தூசி படாமலிருக்க அதை துணியால் சுற்றி வீட்டில் குறுக்குவிட்டத்தில் ஒரு கம்பியில் தொங்க விட்டுத்தான் வைத்திருக்கிறார். ஆனால் அதை அவர் தரவில்லை. இவன் கேட்டுக் கூடப் பார்த்து விட்டான். “ச்சே அதத் தரப்படும்? இன்னைக்கு ஒனக்கு குடுத்தம்னா நாளைக்கு ஆள் ஆளுக்கு கேக்க ஆரம்பிச்சிருவாக. நீ சும்மா இதவே கொண்டுபோ … என்று சொல்லி பரண் மேலே ஏறி தேடி எடுத்து இந்தப் பையை கொடுத்துவிட்டார். அதில் இவனுக்கு அவர் மேலே வருத்தம் தான். அவர் இந்தப் பையைக் கொடுத்ததும் அவனுக்கு லேசாய் அழுகை கூட வந்துவிட்டது.

அப்புறம் ஒரு பழைய மண்டையடித் தைல பாட்டிலையும் கழுவித் துடைத்து துப்பரவு பண்ணி வைத்துக்கொண்டான். அது தேங்காய் எண்ணெய் கொண்டு போக. எண்ணெய் தேய்க்காவிட்டால் அவனுக்கு மேலெல்லாம் சொங்குவத்திப் போய் சொறி சொறியாய் தெரியும். அதுதான். கண்ணாடியும் சீப்பும், போகிற இடத்தில் இவனுக்கும் தருவதாக செவன்த் 'பி' மாரிச்சாமி உறுதியளித்திருக்கிறான். அது போதும். கணக்கு வாத்தியார் வீட்டுக்குப் போய் 'நியூஸ் பேப்பர்' மூன்று வாங்கி வந்துவிட்டான் – கட்டுச் சோறு கட்ட. ஆறு பொட்டணம் போடணுமே, ரெண்டு நாளைக்கில்ல வேணும்.

இந்தப்பை ஆறு பொட்டணமும் சட்டை, டவுசரும் வைக்கப் போதுமா என்றொரு சந்தேகம் இவனுக்கு வந்து கொண்டேயிருந்தது. பத்துத்தடவையாவது ஆத்தாளிடம் கேட்டிருப்பான். அவளென்னமோ கொஞ்சங்கூட சந்தேகமேயில்லாமல் "ஏ . . . யப்பா . . . இதுல வைக்கலாமே எம்புட்டுச் சாமான்" என்று ரொம்ப உறுதியாகச் சொல்லிக் கொண்டிருந்தாள்.

இப்போது நாலைந்து தரமாக, காலேஜ் படித்துவிட்டு சும்மாயிருக்கிற முருகேச அண்ணன் வீட்டுக்கு நடையாக நடந்துகொண்டிருந்தான். அந்த அண்ணனிடம் 'கூலிங் கிளாஸ்' இருக்கு. அதுக்காகத்தான். தாரேன்னுதான் சொல்லியிருக்கு. இருந்தாலும் கையிலே வாங்குகிற வரைக்கும் மனசு நிக்குமா. இந்தத் தடவை "ஏய் . . . சத்தியமா தாரேம்ப்பா – போற அன்னைக்கு காலையிலேயே வேணுமின்னாலும் வாங்கிக்கோ" என்று இவன் தலையிலே அடித்துச் சொல்லிவிட்டதும் ரொம்ப திருப்தியுடன் திரும்பினான் சோலை. முருகேச அண்ணன் ரொம்ப நல்ல குணம். அவனுக்கு அப்பப்போ இங்கிலீஷ், கணக்கு சொல்லித் தருவதும் அதுதான். அதுகிட்ட படிக்கிறதுனாலேதான் இப்ப இவன் ஒவ்வொரு மாசமும் எல்லாப் பாடத்திலேயும் பாஸ் பண்ணிவிடுவதோடு ஆறு அல்லது ஏழாவது ரேங்கிலேயே இருந்து கொண்டுமிருக்கிறான். ரொம்ப முக்கியமாக அந்த குருநாதனை 'பீட்' பண்ணிவிட்டான்.

டவுனில் தீப்பெட்டி வேலைக்குப் போன பிள்ளைகளை திருப்பிக்கொண்டு வந்து விடுகிற 'தீப்பெட்டி ஆபீஸ் கார்' வருகிற வரைக்கும் சிம்னி விளக்கின் முன்னால் காலை மடித்து வாகாய் உட்கார்ந்துகொண்டு தெருப்பூரா கேட்கும்படியாக சத்தம் போட்டு ஒவ்வொரு பாடமாக படிக்கிற அவனுடைய குரல் இன்றைக்குக் கேட்கவில்லை. புஸ்தகம் விரித்திருக்க பார்வை அதில் நிலைத்திருக்க நினைவுமட்டும் எங்கெங்கோ சுற்றிக்

கொண்டிருந்தது. கொஞ்ச நேரத்தில் புத்தகத்தை மூடிவிட்டு விளக்கையும் அணைத்துவிட்டு வெளித்திண்டில் காற்றாட படுத்திருந்த அய்யாவோடு சேர்ந்து ஒட்டிப் படுத்துக்கொண்டான். ஆனால் தூக்கமும் வரவில்லை.

“கன்னியாகுமரியிலே வேறே என்ன சார் இருக்கு–”

“காந்தி மண்டபம் இருக்கு. அது மேலே ஏறி நின்று பாத்தா மூணு கடலும் சங்கமமாகிறது தெரியும். மண்டபத்துக்குள்ளே காந்தி நின்ன இடம் ஒரு பீடம் மாதிரி இருக்கும். காந்தி ஜெயந்தியன்னிக்கு மாத்திரம் அதுமேலே சூரிய ஒளி விழுகும்“

“அதெப்பிடி சார் அன்னிக்கு மட்டும் விழுகும்”

“அது அப்பிடித்தாம்லே மூதி . . . சரி சரி பாடத்தக் கவனி. மிச்சமெல்லாம் நாளைக்கி . . .”

சோலையப்பன் கண்களைத் திறந்தபடியே கனவு கண்டுகொண்டிருந்தான். பள்ளிக்கூடத்தில் ஒரு வாரமாக இதே பேச்சுதான். பள்ளிக்கூடத்தில் மட்டுமில்லை. ஊருக்கு வந்தும் பலபேரிடம் பலமுறை திரும்பத் திரும்ப இதே பேச்சுதான். கன்னியாகுமரி, திருவனந்தபுரம், கொல்லம், புனலூர், குற்றாலம் என்று.

இன்னும் ஒரே ஒருநாள்தான் இடையில் இருக்கிறது. யப்பா! நினைத்தாலே சோலைக்கு ‘எப்படியோ’ இருந்தது. நாளைக்கழிச்சு இந்நேரம் உல்லாசப் பயணம். நாளைக்கழிச்சு சாயந்தரமே சாப்பிட்டுட்டு சாப்பாடு, துணிமணியோடு பள்ளிக்கூடத்திலே போய் படுத்துகிறணுமாம். ஒரு மணிக்குள்ள பஸ் வந்திரும். உடனே கிளம்பி அதிகாலை சூரிய உதயம் பாக்க கன்னியாகுமரி போயிறணுமாம். பிறகு அங்கே எல்லாம் சுற்றிப் பார்த்துவிட்டு சுசீந்திரம் போய்விட்டு திருவனந்தபுரம். அங்கே மிருகக்காட்சிசாலை. மீன் காட்சி மூசியம். கோவளம், பத்மநாபசாமி கோயில் எல்லாம் பார்க்கணும். கோயிலுக்குள்ளே சட்டை போடாமத்தான் போகணுமாம். சட்டை போடாட்ட மேலே இருக்கிற சொங்கும் சொறியும் வெளியே தெரியுமே என்று சோலை கவலைப்பட்டுக் கொண்டான். அதற்கென்ன உள்ளே போகாமல் இருந்துவிட்டுப் போகிறது என்று சமாதானமும் சொல்லிக்கொண்டான்.

சோலை இதுவரை கடல் பார்த்ததில்லை. அதை நினைக்கும் போதே கற்பனையிலேயே பிரமிப்பாக இருந்தது. அய்யாவிடம் நூறுவாட்டமாவது கேட்டிருப்பான் கையை விரித்து விரித்துக் காட்டி இவ்வளவு பெரிசு இருக்குமா இவ்வளவு பெரிசு இருக்குமா என்று.

அப்புறம் கேரளாவிலே மலையாளம்தானே பேசுவார்களாம். அங்கே யாரிடமாவது பேச வேண்டி வந்தால் என்ன செய்வதென்று யோசித்து பலமுறை மனசுக்குள் பலவிதமாக இங்கிலீஷில் பேசிப் பார்த்துக்கொண்டான். "வாட் இஸ்யுவர் நேம்? வாட்ஆர்யூ டுயிங்?" மைநேம் இஸ் எல். சோலையப்பன். சிக்ஸ்த் ஸ்டாண்டர்டு 'ஏ'. கவர்ன்மெண்ட் ஹைஸ்கூல் மேட்டுப்பட்டி. மை நேடிவ் ப்ளேஸ் இஸ் கே. சிவந்தியாபுரம். இட் இஸ் எ ப்யூட்டிபுல் வில்லேஜ். மை பாதர் இஸ் ஏ ஓர்க்கர்"

இது மட்டுமல்லாமல் முருகேச அண்ணனிடம் கேட்டு விசாரித்து "வேர் இஸ் ஓட்டல்?" "வாட் ப்ரைஸ் இஸ்திஸ்" "எண்டபேரு சோலையப்பன்", என்பது மாதிரி சில புது விஷயங்களையும் மனசில் தயார் பண்ணிக்கொண்டான்.

அப்புறம் திடீரென்று – கொண்டு போக வேண்டிய சாமான்கள் எல்லாம் தயாராகிவிட்டதா என்று மனசில் சரி பார்க்க ஆரம்பித்துவிட்டான். பல்பொடி தாளில் மடித்து வைக்கணும். மறந்துவிடக் கூடாது. ஐயாவிடம் துண்டை வாங்கி துவைத்துவிடணும் – நாளை. சோறு கட்டுவதற்கு இலை அய்யா வாங்கிட்டு வந்திருவார். கட்டுச் சோற்றை நினைத்தால் இப்பவே நாக்கில் எச்சில் ஊறி 'கிளுகிளுப்பாய்" இருந்தது.

காலையின் ஏறுவெயிலில் பள்ளிக்கூடத்திலிருந்து தன் ஊரை நோக்கி 'லொங்கு லொங்கு' என்று தலைதெறிக்க ஓடிவந்து கொண்டிருந்தான் சோலை. முதல் பீரியடுதான் முடிந்திருந்தது. வந்த உடனேயே 'கிளாஸ் டீச்சர்' சொல்லிவிட்டார்.

"உல்லாச பயணத்துக்கு இன்னும் ரூவா குடுக்காதவனெல்லாம் எந்திரி. இன்னைக்கு மத்தியானம் ஒரு மணிக்குள் எல்லாம் ரூவாயை பி.கே. சார்வாகிட்ட குடுத்திறணும். அப்பிடிக் குடுக்காதவன் சாயந்திரம் டூர் கிளம்பையில் வர வேண்டியதில்லை."

ரூபாய் கொடுக்காத மற்ற ஏழெட்டுப் பையன்களைப் போல சோலையும் ஊரைப் பார்த்து ஓடிக்கொண்டிருந்தான். சோலை பத்து ரூபாய் ஏற்கனவே கொடுத்துவிட்டான். இன்னும் முப்பது ரூபாய் தர வேண்டும். ராத்திரி கிளம்பு முன்னே கொடுத்துவிடலாம் என்று அய்யா சொல்லியிருந்தார்.

வேர்க்க விறுவிறுக்க மேல்மூச்சு கீழ்மூச்சு வாங்க ஓடி வந்து "யாத்தோவ் ..." என்று கத்தியபடி வீட்டுப்படி ஏறினான். வீடு நாராங்கி போட்டுப் பூட்டியிருந்தது. கதவை ஒரு எத்து எத்திவிட்டு தெருவில் இறங்கி ஓடினான். செல்லையா நாயக்கரின் ஓடைப் பிஞ்சைக்கு களையெடுக்க அவள் போயிருப்பதாக முத்துப்பாட்டி சொன்னதும் விழுந்தடித்துக்கொண்டு ஓடினான் ஓடைப் பிஞ்சைக்கு.

இவன் ஓடி வருவதைக் கண்டதும் ஆத்தாள் வேலையை விட்டு எழுந்து எதிர்கொண்டு “என்னய்யா வந்துட்டே . . .” என்று கேட்டாள். ஆத்தாளைக் கண்டதும் முதலில் அவனுக்கு அழுகைதான் உடைத்துக்கொண்டு வந்தது. ஆத்தா அவனை இழுத்து ஆதரவாக அணைத்துக்கொண்டு “ஏன்யா ... எதுக்குய்யா ... அழுவுதே...” என்று கேட்டாள். அழுகையினூடே விக்கிவிக்கி, மத்தியானத்துக்குள் ரூபாய் கொடுக்க வேண்டிய விஷயத்தைச் சொன்னான். ஆத்தாள் அவனை அணைத்தபடியே முதுகைத் தடவிக் கொடுத்து “சரி அதுக்காக அழுகாதய்யா . . . ராசால்ல மத்தியானத்துக்குள்ள மொதலாளி நாய்க்கரிட்டேயிருந்து ரூவா வாங்கிட்டு வந்துருதேன்னு அய்யா சொல்லிட்டு போயிருக்காக . . . அழுவாதேய்யா . . .” என்று அவனைத் தேற்றினாள்.

சற்று நேரத்தில் அழுகையை அவன் நிறுத்திவிட்டாலும் “இப்பவே வந்து ரூவா வாங்கிக் கொடு” என்று அவளை அனத்த ஆரம்பித்துவிட்டான். அவளோ கொஞ்சம்கூட இது இல்லாமல் இவனை வரப்புமேட்டில் இருத்திவிட்டு வேகமாய் களை எடுக்க ஆரம்பித்துவிட்டாள். தன் நிரையை வேகமாக முடித்துவிட்டு மத்தியானத்துக்குள்ளே மகனோடு கிளம்பினாள். மொதலாளி நாய்க்கர் வீட்டுக்கு. அங்கேதான் அய்யா கூலிக்கு நிற்கிறார்.

போன நேரத்தில் சோலையின் அய்யாவும் அங்கே இல்லை. நாய்க்கரும் இல்லை. நெல் அரைக்க வண்டியைப் போட்டு அவனை டவுனுக்கு அனுப்பியிருப்பதாகவும், ரூபாய் விஷயமெல்லாம் தனக்கொன்றும் தெரியாதென்றும் அதெல்லாம் நாயக்கரிடம்தான் கேட்க வேண்டுமென்றும் நாயக்கரம்மா சொன்னபோது ஆத்தாளின் சேலையை பிடித்தபடி அவள் பின்னால் நின்றுகொண்டிருந்த சோலை மறுபடியும் விக்கி விக்கி அழ ஆரம்பித்துவிட்டான். அவன் அழுவதைப் பார்த்து இரக்கப்பட்டு நாயக்கரம்மா அவனுக்குக் குடிப்பதற்கு ஒரு தம்ளர் மோர் கொடுத்தது.

வீடு திரும்பியதும் ஆத்தா தெரிந்த வீடுகளிலெல்லாம் ஏறி இறங்கிக் கொண்டிருந்தாள். அவ்வளவு பெரிய தொகையை அவளால் எங்கிருந்து புரட்ட முடியும்? முடியவில்லை. வீட்டு வாசலில் உட்கார்ந்து உடைந்து உடைந்து சோலை ஏற்கனவே அழ ஆரம்பித்திருந்தான். ஆத்தாளும் தவியாய்த் தவித்தாள். இருந்தாலும் அவளால் என்ன செய்து விடமுடியும்?

நேரம் ஆக ஆக அழுகை பெரிதாகி ராத்திரி உல்லாசப் பயணம் போகிற பயல்களெல்லாம் “டேய் சோலை வல்லியாடா . . .” என்று கேட்டுப் போனதும் வெடித்துக் கதறினான். கண்ணெல்லாம் வீங்கி தொண்டை கட்டிப்போன பிறகும் கூட அவன் விசும்பிக் கொண்டுதான் இருந்தான்.

ஆத்தாளும் முதலில் பலவாறு அவனைத் தேற்றிப் பார்த்துவிட்டு "என் ராசா அழுவாதய்யா இங்கரு . . . கண்ணெல்லாம் வீங்கிப் போச்சு பாரு . . . வேண்டாய்யா . . . நம்ம விசாகத்திருழாக்கு திருச்செந்தூர் போவலாமில்ல . . . என்ன அழுவாதே . . ." என்று தேற்றிப் பார்த்து முடியாமல் கொஞ்ச நேரத்தில் அவளுக்கும் அழுகை உடைத்துக்கொண்டு வந்தது. அவனை இழுத்து தன் வயிற்றோடு கட்டிக்கொண்டு விசும்பி விசும்பி சத்தமில்லாமல் அழுததாள். சாப்பிடாமலே ரெண்டு பேரும் ராத்திரி படுத்துவிட்டனர். தூங்குகிற அவனை அணைத்தபடி அவள் அழுதுகொண்டிருந்தாள்.

ராத்திரி வீட்டுக்கு வராமல் நாயக்கமார் தெருமடத்திலேயே அய்யா படுத்துக்கொண்டான். எல்லா வேலையும் முடித்தபிறகு சாயந்திரமாக "இப்ப இவ்வளவுதான் இருக்கப்பா இத வச்சி சமாளிச்சிக்க . . . இன்னும் ரெண்டு நாள் கழிச்சி பாப்பம்" என்று மொதலாளி நாயக்கர் அவனிடம் ஒரு பத்து ரூபாயை மட்டும் கொடுத்திருந்தார். பழைய பாக்கியையும் அவர் ஞாபகப்படுத்தினார். இத்தோடு வருகிற வழியிலேயே சோலை அழுது புரளுவதைக் கேள்விப்பட்டு வீட்டுக்குப் போகாமல் அப்படியே திரும்பி அவனும் பலபேரிடம் கேட்டுப் பார்த்தான். எல்லாரும் கையை விரித்தார்கள். அல்லது 'நாளைத் தாரேன்' என்றார்கள்.

எப்படி சோலையின் மூஞ்சியைப் போய்ப் பார்ப்பது என்று மனம் வெதும்பி மடத்தில் முடங்கிக் கிடந்தான். வயிறு பசித்தது. இருந்தாலும் சோலையின் முகத்தைப் பார்க்கிற தைரியத்தையும் பார்த்ததும் சமாதானமாகச் சொல்வதற்கு ஒரு வார்த்தையையும் கண்டுபிடித்த பிறகுதான் அவன் வீட்டுக்குத் திரும்ப முடியும்.

(மார்ச், 1982)

பிரக்ஞை

புத்தகத்தை தூக்கி எறிந்தான்.

அவ்வளவுதான். இனிமேல் படிக்க முடியாது. ஆபீஸ் நினைப்பு வந்திருச்சு. என்ன வேலை செய்து கொண்டிருந்தாலும் சரி. எங்கே உட்கார்ந்திருந்தாலும் சரி, யாரோட இருந்தாலும் சரி, ஆபீசைப்பற்றி நினைப்பு வந்துட்டா போச்சு. அவனால் அப்புறம் எதையும் ஒழுங்காகச் செய்ய முடியாது. கொஞ்ச நாளாகத்தான் இப்படி. நண்பர்களோடு உற்சாகமாகப் பேசியபடி ஆற்றங்கரையில் உட்கார்ந் திருப்பான். பேச்சின் போக்கில் எங்காவது ஆபீஸ் நினைவு வந்துவிடும். போச்சு, அப்புறம் சம்பந்தா சம்பந்தமில்லாமல் பேச ஆரம்பித்து விடுவான். 'திடும் திடும்' என கிணற்றில் ஆட்கள் குதிக்கிற மாதிரி ஒரு சத்தம் மனசுக்குள் கேட்கும். சமயத்தில் லேசாய் நெஞ்சை வலிக்கும்.

வீட்டில் உட்கார்ந்து எவளையாவது நினைத்து உருகிக் கொண்டிருப்பான். எந்த நண்பனைப் பற்றியாவது எண்ணி மனம் நெகிழ்ந்து கொண் டிருப்பான். பால்யத்து நினைவுகளில் ஆழ்ந்து போயிருப்பான். திடீரென கிணற்றில் ஒரு கல்விழும் – திடுமென ஆபீஸ். அப்புறம் தொடர்ந்து 'திடும் திடும்'தான்!

இப்போதும் அப்படித்தான். இனிமேல் படிக்க முடியாது. ஏன்தான் இப்படி ஆகிறது? எப்போதிருந்து இப்படி ஆனது? என்று இவனுக்குப் புரியவில்லை. ஒவ்வொரு முறையும் யோசித்துப் பார்க்கும்போது ஆபீஸ் ஹெட் கிளார்க்தான் கடைசியில் நிற்பார்.

வெயிலோடு போய்...

அந்த ஆள் கூட தகராறு பண்ணின நாளில் இருந்துதான் இப்படி ஆச்சோ என்று தோன்றும்.

அது கூட இவனாக வேண்டுமென்று இழுத்த தகராறில்லை. இந்த ஹெட்கிளார்க் வந்ததிலிருந்தே ஒரு மாதிரியாகத்தான் நடந்து கொண்டார். வேலை பார்க்கிற யாரையும் மனுஷனாகவே மதிக்கிறதில்லை. ஒவ்வொருத்தரையும் அவன் வீட்டு சேவகனாகத்தான் நினைத்துக்கொண்டான். ஒரு மட்டு மரியாதை இல்லாமத்தான் பேசுவது. ஆபிஸ்லேயே சீனியர் கோபால்சாமி. அவரைக் கூட "என்ன மிஸ்டர்" என்று தான் கூப்பிடுவது. ப்யூன்களைப் பற்றிக் கேட்கவே வேண்டாம். "ஏய்... வா... போ"தான்.

எல்லாரும் மனசில் கறுவிக்கொண்டுதான் இருந்தார்கள். அவன் மூக்குப் பொடியைப் போட்டுக்கொண்டு விடைத்த மூக்கோடு அலட்சியமாய் யாரையும் பார்க்கிற பார்வை, நினைத்தாலே பற்றிக் கொண்டு வரும்.

கேண்டீனிலோ ரெக்ரியேஷன் கிளப்பிலோ நாலு பேர் சேர்ந்துவிட்டால் போதும் ஹெட்கிளார்க் புராணம்தான்.

"இவனெல்லாம் என்னய்யா மனுஷன்"

"அவனும் அவன் மண்டையும் தீயை வை"

"இவனையெல்லாம் செருப்பைக் கொண்டே அடிக்கணுமய்யா"

"குஷ்டம் வந்துதான் சாவான்"

இப்படியாக தங்கள் ஆசைகளை பரஸ்பரம் வெளியிட்டுக் கொள்வார்கள். ஆனால் ஆபீசுக்குள்ளே நுழைந்துவிட்டால் மூச்சுக்காட்ட மாட்டார்கள். ஹி ஹி... என்று ஹெட்கிளார்க்கிடம் பல்லை இளித்துக்கொண்டு நிற்பார்கள். இவனுக்குப் பற்றிக்கொண்டு வரும். முதுகெலும்பில்லாத பிராணிகள்.

அன்றைக்கு இவனுடைய வீரத்தையும் இளமை வேகத்தையும் காட்ட ஒரு சர்ந்தப்பம் கிடைத்தது. இவனுடைய பிரிவிலிருந்து ஒரு ஸ்டேட்மெண்ட் அனுப்ப வேண்டியிருந்தது. போன மாதமே அனுப்ப வேண்டியது. ஹெட்கிளார்க் தன் சீட்டிலிருந்தபடியே இவனிடம் விசாரித்தார்.

"என்ன மிஸ்டர். எப்பத்தான் அதப் போடறதா உத்தேசம்? கையில் பிரம்புடன் பையனை மிரட்டுகிற வாத்தியாரின் தோரணை. இவனுக்கு 'சுருக்'கென்றது உட்கார்ந்தபடியே இங்கிருந்து இவனும் பேசினான். "எல்லாம் போட்ருவம் சார்"

ச. தமிழ்ச்செல்வன்

“ஒரு மாசமாத்தான் போடுறிக . . . பாத்துக்கிட்டுத்தான் இருக்கன்”

“போடுவம். போடுவம் . . . ரெண்டு மாசமா ரெண்டு செக்ஷன் சேர்த்துல்லா பார்த்திருக்கேன் . . .”

“அது போன வருஷமில்ல . . . இன்னும் எத்தனை நாளக்கித்தான் அதையே சொல்லிக்கிட்டிருப்பீக . . .”

“எந்த வருஷமானாலும் அந்த ‘பெண்டிங்’ எல்லாம் நாந்தானே பாக்கணும் பதில் ஆளா குடுத்திருக்கீக . . .”

“ஓவர் டைம் போட்டு பாக்க வேண்டியதுதானே மிஸ்டர்”

“இன்ஸ்பெக்ஷன் ஓர்க் பாக்கவா? பெண்டிங் ஓர்க் பாக்கவா? எத்தனையைத்தான் ஓவர் டயத்திலே பார்க்க? . . . இல்லாட்டாலும் ஓவர் டயம் பார்த்தா அந்தமானக்கி கைமேலே காசைக் குடுக்கப் போறிகளாக்கும். போன வருஷம் ஜனவரியிலே பார்த்த வேலைக்கே இன்னும் காசைக்காணோம் . . .”

“இப்ப அதெல்லாம் எதுக்கு மிஸ்டர் இந்த ஸ்டேட்மெண்டை நாளைக்குள்ள போட்றணும் அவ்வளவுதான் . . .”

“நாளைக்கெல்லாம் போட முடியாது”

“போட . . . முடியாதா . . . நான் ஆர்டர் புக்கிலே எழுதி வைக்கிறேன். நீர் சொல்றதை அதில் எழுதிக் கொடும் . . . பாப்பம் . . .”

“நீரு எதிலே வேணாலும் எழுதிவய்யும்.”

பேச்சு அதோடு முடிந்து போயிற்று. வேலை நடக்கத்தான் செய்தது. ஆனால் இவன் ஆபீஸில் “ஹீரோ” ஆகிவிட்டான். ஹெட்கிளார்க்கிடம் பேசுவது போலவே இவனிடமும் எல்லோரும் மரியாதையுடன் பேச ஆரம்பித்துவிட்டார்கள். இவனுக்கு பெரிய கஷ்டமாயிருந்தது.

இப்படி ஆபீசில் பெரிய மனுஷனாகிவிட்டதுதான் மனசைச் சங்கடப்படுத்துகிறதோ? அல்லது ஹெட்கிளார்க்கிடம் மோதிக்கொண்டதுதான் காரணமோ? எதுவென்று புரியவில்லை. ஆபீஸ் என்றதும் மனம் கலவரப்படுகிறதற்கான காரணம் தெளிவாகப் புரியவில்லை. எத்தனையோ தடவை யோசித்துப் பார்த்துவிட்டான்.

எழுந்து லுங்கியை உதறிக்கொண்டு எறிந்த புத்தகத்தை எடுத்து மேஜையில் போட்டு மணி பார்த்தான். ஒன்பது. ஆபீஸ் பத்து மணிக்குத்தான். இனிமேல் படிக்கவும் ஓடாது. ஒரு வேலையும்

ஓடாது. பேசாமல் கிளம்பலாம் ஆபீசுக்கே. போய் வேலை பார்த்துவிட்டு மதியம் அரைநாள் லீவு போடணும். திருநெல்வேலி போய் மாமாவைப் பார்த்து பணம் விஷயமாக கேட்டுவிட்டு அப்படியே ராமலிங்கத்தையும் பார்த்து மண்டைக்குள் ஒரு அவசரம் ஏறியது. உடை மாற்றிக் கிளம்பினான்.

ஆபீசுக்குள் நுழையவும் ஹெட்கிளார்க் நிமிர்ந்து இவனை பார்த்தார். இவன் கண்டுக்காத மாதிரி நேராகப் பார்த்தபடி நெஞ்சை விறைத்துக்கொண்டு நடந்தான். அவரைக் கடந்துபோது 'ம்க்கும்' என்று செருமினார். இவன் 'குட்மார்னிங்' சொல்லவில்லையாம் (போடா... மனசுக்குள் திட்டிக் கொண்டான்) சீட்டில் உட்கார்ந்த பிறகும் ஹெட்கிளார்க் இவனையே முறைத்துக்கொண்டிருந்தார். (சர்த்தான் போடா நாயே) தினமும் நாமதான் முதலில் 'குட்மார்னிங்' சொல்லி சலாம் போடணுமாம். இவன் என்ன பெரிய இவனா? கிடக்கிறான். அரைநாள் லீவுக்கு அப்ளிகேஷனை எழுதிக் கொடுத்துவிட்டு வேலையில் மூழ்கினான். ஒண்ணரை மணி பஸ்ஸைப் பிடித்தால் மதியச் சாப்பாட்டுக்கு மாமா வீட்டுக்கே போயிறலாம். இன்னைக்கி எப்பிடியும் இந்த வேலையை முடிச்சாகணும்.

மணி ஒன்று. எல்லோரும் சாப்பிடக் கிளம்பிவிட்டார்கள். லீவு அப்ளிகேஷன் என்னவாயிற்று? ஹெட்கிளார்க்கிடமிருந்து ஃபைல் வரவேயில்லை. ப்யூனைக் கூப்பிட்டு "லீவு ஃபைல் என்ன ஆச்சென்று கேட்டான். உங்க லீவு ஃபைல் உள்ளே போயிருக்கு சார்..." என்று சூப்பிரண்டின் அறையைக் காட்டினான்.

ஆத்திரம் பொங்கியது. அடேய்! ஹெட்கிளார்க்கா! பழிவாங்கறியா... இரு உன்னை... நீ போட வேண்டியதை உள்ளேயா அனுப்பிட்டே. இப்போ என்ன செய்வது? மணி ஒண்ணாச்சு.

நேரடியாக உள்ளே போய் சூப்பிரண்டிடமே கேட்டுவிட்டுப் போகவேண்டியதுதான். அவசியமின்றி அவர் அறைக்குள் யாரும் போவதுல்லை. இப்போது வேறு வழியில்லை.

லேசாய் கதவில் தட்டி "மே ஐ... கம் இன் சார்..." 'கிரீச்' என்ற நாற்காலி சத்தத்தோடு "யெஸ்... என்ற மிடுக்கான பதில் வந்தது. 'புஷ் பேக்' கதவை சத்தம் எழாதபடி மெதுவாக தள்ளி உள்ளே நுழைந்தான். நீண்ட அறை. மிகப் பெரிய மேஜை. டெலிபோன்கள் கீழே நீண்டு செல்லும் மெத்தென்ற பெரிய கார்பெட். எல்லாம் ஒரு மன்னனின் தர்பார் மண்டபத்துக்குள் நுழைகிற பிரமையை ஏற்படுத்தின. மனசில் திடும் திடும். பவ்யமாய் நின்றான்.

‘யெஸ்?”

“சார் . . . ஒரு அரைநாள் லீவு கேட்டிருந்தேன் . . .”

“லீவா?” சட்டென கூர்மையாக இவனை நோக்கினார். ஒரு பிரபு தன் அடிமையை நோக்குகிற அருவருப்பான அலட்சியமான பார்வை. புகை சூழ்கிற மாதிரி கண்ணில் ஒரு தோற்றம் இவனுக்கு.

“அவசரமாக திருநெல்வேலி வரைக்கும்”

“அதுசரி மிஸ்டர் . . . ரெக்ருட்மெண்ட் ஃபைலிலே ஒரு லெட்டர் எழுதச் சொன்னேன் . . .” திடீரென புகை நடுவிலிருந்து ஒரு சிம்மாசனம் கிளம்பி வந்தது. அதில் கையில் சவுக்குடன் பிரபுவாக சூப்பிரண்டண்ட். கீழே கைகட்டி வாய் பொத்தி இவன்.

“என்ன மிஸ்டர் . . . அந்த லெட்டரை எழுதினீங்களா இல்லையா” (என்னடா குதிரை லாயத்தை கழுவி சுத்தம் பண்ணிட்டியா – இவன் காதில் இப்படி ஒலித்தது)

“எழுதி டெஸ்பாட்ச்கூட பண்ணிட்டேன் சார்” (கழுவி விட்டு சாம்பிராணி புகைகூட காட்டிட்டேன் பிரபு)

“ம் . . . ஹெட்கிளார்க்கோட ஸ்மூத் ரிலேஷன் வச்சுக்கிற தில்லையாமே அப்படியா . . .” (சின்ன துரையோட உள்ளாடைகள் கச்சைகள் எல்லாம் நீ சரியாகத் துவைக்கிறதில்லையாமே அப்படியா . . .)

“நோ . . . நோ . . . அப்படி ஒண்ணுமில்லே சார்” (ஐயையோ . . . அப்படியெல்லாம் இல்லை பிரபோ . . .)

“அதென்னமோ மிஸ்டர் உங்க ஒர்க் பற்றி எனக்கு திருப்தியில்லை”

“நீங்க அப்படிச் சொல்லக் கூடாது பிரபோ . . . தவறான தகவல் யாரோ தங்களிடம் கொடுத்திருக்கிறார்கள் . . .” “உங்க சூபர்வைசர் ஏதாச்சும் சொன்னா உடனே அவரை எதிர்த்து சண்டையா போடறது மிஸ்டர்” (மேஸ் திரி லேசாய் ஒரு சவுக்கடி கொடுத்தால் எதிர்த்து நிமிரவா செய்யிறே நீ . . .)

“அடி தாங்க மாட்டாமல் லேசாய் முணகினேன் . . . அதைப் போயி பெரிய சண்டைன்னு தப்பாய் நினைச்சு . . .”

“சரி சரி. ரிப்போர்ட் எதுவும் வராம வேலையைப் பாரும். எங்கள் வீட்டு உத்தியோகமா பார்க்கறீர் . . . சர்க்கார் வேலைதானே . . .”

"... ... ..."

"என்ன"

"இந்த ... லீவு விஷயம் ..."

"லீவா ... போட்ருவோம் ... போறும் ... போறும் ..." (போய்த் தொலை சனியனே)

"தேங்க்ஸ் ... சார்"

கட்டி வைத்து சவுக்கால் 'செமையடி' வாங்கிய களைப்பு உடம்பெல்லாம். மெல்லத்திருப்பினான். 'புஷ்பேக்' கதவை சத்தம் எழாமல் மெல்லத் திறந்தான். வெளியே ஓரடி எடுத்து வைத்தான். 'சரக்'கென்று ஒரு சத்தம். கால்களில் இரும்புச்சங்கிலி விலங்கு இழுபடுகிற ஓசை. பதறித் திடுக்கிட்டு குனிந்து பார்த்தான். ஒன்றுமில்லை.

வெறும் பிரமைதான்.

(மார்ச், 1981)

வேறு ஊர்

"நான் ரொம்ப நல்லா யோசனை பண்ணித்தான் சொல்கிறேன். பேசாம ரெண்டு பேரும் எங்கூட வந்திருங்க. அங்கன வந்து ஒண்ணு மண்ணா இருந்து உள்ளதைச் சாப்பிட்டுட்டு இருக்கலாம். வயசான காலத்திலே இங்க கிடந்து ஏன் சங்கடப்படுதிக . . ."

சுற்றிலும் உறைந்திருந்த மௌனத்தைக் கிழித்துக் கொண்டு சந்திரனின் குரல் வந்து கொண்டிருந்தது. வீட்டுக்குள் சிம்னி விளக்கு காற்றுடன் போராடிக் கொண்டிருந்தது. மங்கலான நிலவொளி தெருவெங்கும் பரவிக் கிடந்தது.

வெளித்திண்ணையில் உட்கார்ந்து சந்திரன் பேசிக்கொண்டிருந்தான். திண்ணையை ஒட்டி வாசலில் கிடந்த கயிற்றுக் கட்டிலில் ராமுக் கிழவனும் வாசல் படியில் முழங்காலைக் கட்டியபடி அமர்ந்து ஆத்தாள் சுப்பிக்கிழவியும் பேசுவதை மௌனமாய் கேட்டுக்கொண்டிருந்தார்கள். இடையிடையே அவன் பேச்சை நிறுத்தியபோது பஞ்சாயத்து போர்டு ரேடியோவின் தெளிவற்ற 'கரகர' சத்தம் செவிகளில் விழுந்தது.

"மண்டையடி காய்ச்சல்னு ஒரு நாளைக்கு நீங்க விழுந்துக்கிட்டாலும் பாக்கிறதுக்கு இங்க யாரு இருக்கா . . ."

கொஞ்ச நேரம் மௌனத்துக்குப்பின் தொண்டையைச் செருமிக்கொண்டு ராமுக் கிழவன் மெல்ல ஆரம்பித்தான் . . .

"அதெல்லாம் சரி தாம்ப்பா இனிமே என்னத்துக்கு சாகப் போற நாளையிலே அங்கன வந்துக்கிட்டு . . .

மருமகளுக்கும் பிள்ளைகளுக்கும் தொந்தரவா . . . கஷ்டமோ நட்டமோ இருக்கிற நாளையும் இப்பிடியே இங்க ஓட்டிர்றோம் . . ."

இதைக் கேட்டதும் கொஞ்சம் நிமிர்ந்து வேகமாய்க் கேட்டான் சந்திரன்:

"அப்பிடி என்னதான் இருக்கு இந்தப் பட்டிக்காட்டுல . . . தலை வச்சுப் படுக்க ஒரு கையகல இடம் உண்டுமா . . . சும்மா இங்கனயே கிடக்கோம் கிடக்கம்னு சொல்லிக்கிட்டிருக்கிகளே . . ."

ராமுக் கிழவன் வாயடைத்துப் போனான். இனி அவன் பேசமாட்டான். இந்தக் கேள்விக்கு அவனிடம் பதில் கிடையாது. ஒவ்வொரு மாசமும் வரும்போது சந்திரன் ரெண்டு பேரையும் தன் கூட வந்து விடும்படி அழைப்பான். பேச்சு நீண்டு வளர்ந்து இந்தக் கேள்வியோடு முடிந்துவிடும். விடிந்ததும் அவன் பஸ் ஏறிப் போய்விடுவான்.

ராமுக் கிழவனின் மனம் பலவாறு ஓடியது. என்ன இருக்கு நமக்கு இங்கே என நினைத்தாலே மனம் துக்கப்பட்டது. ஊர்க் கண்மாயில் அம்மணமாய்க் கும்மாளத்துடன் குதியாட்டம் போட்டுக் கழிந்த இளம்பிராயத்து நினைவுகள் மனசில் குமிழிட்டன. ஆத்தாளுக்குத் தெரியாமல் வீட்டில் பருத்தி களவாண்டு கொண்டு போய் கடைகளில் போட்டு வாங்கித்தின்னு விட்டு, தெரு மண்ணில் உருண்டு புரண்டு விளையாடி உடம்பெல்லாம் தெருப் புழுதி அப்பி கண்மாயில் குளித்து – பிறகு எல்லாத்துக்கும் சேர்த்து ஆத்தாளிடம் முதுகுத் தோசை வாங்கி... அது ஒரு காலம். விவரந்தெரியுமுன்னே ஆத்தா போய்ச் சேர்ந்துவிட்டாள். அவள் கொடுத்த பூசைகள்தான் பசுமையாக நினைவிருந்தன. ராமுவின் ஐயாதான் அவன் ஆத்தா செத்த பிறகு அவளை நினைத்துக் கண் கலங்கியபடி அவனோடு தெற்கே ரொம்பத் தொலையிலிருந்து இந்த ஊருக்கு பஞ்சம் பழைக்க வந்ததையும் பட்ட கஷ்டங்களையும் கதை கதையாய்ச் சொல்லிக்கொண்டிருப்பான். ஆனால் ஆத்தா போன கொஞ்ச வருஷத்திலேயே ஐயாவும் செத்துப் போனார். அப்போது ராமுவுக்குப் பதிமூணு வயசு.

அன்றைக்கு மண்வெட்டியைத் தோளில் தூக்கியவன்தான். போன வருஷம் உடம்புக்கு முடியாமல் விழுந்து இனி வேலைக்குப் போகமுடியாது என்று ஆன வரைக்கும் உழைத்தான். கடுமையான உழைப்பாளி. மேலத்தெரு முதலாளிமார் எத்தனை பேருடைய காடு கரைகள் அவன் உழைப்பால் பொன்னாய்க் கொட்டியிருக்கின்றன. அவன் பண்ணையாளாக

இருந்து வேலை பார்க்காத வீடு உண்டுமா மேலத் தெருவில். எல்லாம் நினைக்க நினைக்க பெரு மூச்சுத்தான் மிஞ்சியது.

"என்னய்யா . . . சத்தத்தையே காணம். நாஞ்சொல்றது சரிதானே . . ."

என்று மறுபடி சந்திரன் கேட்டான். தொண்டையைக் கனைத்துக்கொண்டு ராமுக்கிழவன் "ம் . . . சொல்றதுக்கு என்னப்பா இருக்கு . . ." என்று மெல்ல முனகிவிட்டு மீண்டும் மௌனமானான்.

இந்தத் தடவையாவது கேட்டு விட வேண்டும் மகனிடம் என்று மறுபடி மறுபடி தீர்மானித்திருந்தும் அதை கேட்க விடாமல் இப்படி வாயடைக்கப் பண்ணிவிட்டானே வழக்கம்போல என்று வருத்தமாயிருந்தது.

"என்ன . . . பெரியாளு . . . இப்பல்லாம் கடைப்பக்கமே தலையக் காட்றதில்லே . . ."

என்று அடிக்கடி கேட்கும் கடைக்கார சீனி நாயக்கரின் முகம் நினைவிலாடியது. வாடிக்கையான ஆள் ஒன்று போச்சே என்று அவருக்கு வருத்தம் இருக்காதா பிறகு. கூலியாகக் கிடைக்கிற தானியம் தவசத்தில் பாதியை சீனி நாயக்கர் கடையில் போட்டுவிட்டுத்தானே வருவான் ராமு.

சீனிக்கிழங்கு, அவித்த மொச்சைப் பயறு சேவு என்று அந்தக் கடையை கடந்து போகும் போதெல்லாம் என்னத்தையாச்சும் வாங்கிப் போட்டு அரைத்துக் கொண்டேதான் இருப்பான் ராமு. சின்னப் புள்ளையில் பருத்தி களவாண்ட நாளிலிருந்து இந்த நச்சுத்தீனிப் பழக்கம். அதிலும் குறிப்பாக பட்டாணி சுண்டல் என்றால் போதும். ஒரு மரக்கால் பயறு என்றாலும் அசராமல் உட்கார்ந்து அரைத்துவிடுவான். சீனி நாய்க்கரின் சம்சாரம் அப்பிடிப் பக்குவமாய் அவிச்சு தாளிதம் பண்ணி கடையில் கொண்டு வைக்குமே இப்ப நினைச்சாலும் எச்சில் ஊறும்.

போன வருசம் படுக்கையிலே விழுந்தான். காடு கரைகளுக்குப் போறது நின்றது. முழுக்க முழுக்க மகன் மாசா மாசம் வந்து கொடுக்கிற நூறு ரூபாயை வச்சித்தான் பிழைக்க வேண்டியதாச்சு. பிறகெங்கே சீனிநாய்க்கர் கடைக்குப் போக?

என்னைக்காச்சும் சுப்பியாகப்பார்த்து 'ஐயோ பாவம் கிழவன்' என்று மனமிரங்கி கம்பரிசியோடு இம்புட்டுக் கருப்பட்டியை கலந்து இடிச்சு மாவுருண்டை பிடிச்சுக் குடுத்தா உண்டும். இல்லாட்டி ஆடிக்கிட்டிருக்கும் ரெண்டு பல்லை மென்று சப்பிக்கொண்டு திண்ணையிலே சாய்ந்து கிடக்க வேண்டியதுதான். முன்னாலேயெல்லாம் சந்திரன் வரும்போது

எதனாச்சும் லட்டு, பூந்தி அது இதுன்னு டவுன் பலகாரங்கள் வாங்கிட்டு வருவான். என்னமோ தெரியுல. இப்ப ஒண்ணுமே வாங்கிட்டு வாரதில்லை.

சிறுசாயிருக்கையில் சந்திரன் டவுன் பள்ளிக்கூடத்தில் தங்கிப் படிச்சுட்டு லீவுல வந்தான்னா ஆத்தாளுக்கும் அய்யாவுக்கும் என்று கருப்பட்டி மிட்டாய், காராப்பூந்தி அப்பிடி இப்பிடின்னு கொட்டான் கொட்டானாக வாங்கிட்டு வந்து குவிப்பான். சுப்பியும் அவன் லீவுக்கு வந்துவிட்டால் நிலை கொள்ளாமல்தான் தவிப்பாள்.

சுப்பியை நினைத்தாலும் பாவமாத்தான் இருக்கு. இவனைப் படிக்கப்போட அவ பட்ட பாடு! அடேயப்பா. மேலத்தெரு சுப்பா நாய்க்கர் மகன் டவுன்லே படிச்சிட்டு வடக்கே போய் வியாபாரம் பண்ணி ஆயிரம் ஆயிரமா அனுப்பி இங்கே காடு கரையின்னு வாங்கிப் போட்ட மாதிரி இவனும் டவுன்லே படிச்சுப் போட்டான்னா ஊரையே விலைக்கு வாங்கிறலாம்னுதான் கனாக் கண்டாள். இருந்த ரெண்டு மூக்குத்தி, கம்மலை வித்ததுதான் கண்டது.

அவனைக் குத்தம் சொல்ல ஒண்ணுமில்லே.நல்லாத்தான் படிச்சான். பாஸ்பண்ணினான். படிச்சதுக்கு ஏதோ ஒரு உத்தியோகம் அங்கனயே கிடச்சது. பிராமணத்தி கணக்கா ஒரு மகராசியை கலியாணமும் கட்டி பிள்ள குட்டிகளோடு இருக்கான். மாசம் அம்பது ரூபா இவுகளுக்கும் கொடுத்துக்கிட்டிருந்தான். எல்லாம் சரியாத்தான் இருந்தது.

வேலை வெட்டிக்குப் போக முடியாம கிழவன் விழுந்தான். வந்தது வினை. அவன் கொடுத்த அம்பது ரூபாயில் காலந்தள்ள முடியாமல் திணறியது. நிலமையைப் புரிஞ்சுக்கிட்டு அவனாக கொடுப்பான்னு நாலைஞ்சு மாசம் பொறுத்துப் பார்த்தும் ஒண்ணும் நடக்கலை. சுப்பிக்கிழவி வாய்திறந்து ஒரு நாள் கேட்டுவிட்டாள்.

“தங்கம் . . . அய்யா வேலை வெட்டிக்குப் போகாததுல இருந்து நீ குடுக்கிறத வச்சுத்தான் எல்லாமே நடக்கு . . . அம்பது ரூவாய வச்சு ஒண்ணும் முடியல . . . கூட என்னத்தையும் போட்டுக்குடுய்யா . . .”

அப்போதுதான் சந்திரன் சொன்னான். அங்கே அவன் கொடுக்கிற ஐநூறு ரூபா காசிலே மூணு பிள்ளைகளையும் வச்சிக்கிட்டு வார போற விருந்தாளிகளையும் கவனிச்சுக்கிட்டு இவுகளுக்கும் மாசம் அம்பது ரூவா கொடுத்துக்கிட்டு தான்படற கஷ்டங்களையெல்லாம் எடுத்துச் சொன்னான். அவன் சொல்லிக் கொண்டிருந்த போதே சுப்பிக் கிழவி ஏங்கி ஏங்கி அழ ஆரம்பித்துவிட்டாள்.

“கண் காணாத இடத்தில இப்பிடி நீ கஷ்டப்படவா ஒன்னய அந்தப் பாடுபட்டுப் படிக்க வச்சேன் என் ராசா . . .” என்று கைகளை ஆட்டியபடி நடுங்கும் குரலில் அழுகையை நீட்டினாள்.

“நாங்க கெழடு கட்டைக நாளக்கிச் செத்துப் போறவுக. எப்பிடிக் கஷ்டப்பட்டுட்டாலும் ஒண்ணுமில்ல. எம் மகராசன் நீயாச்சும் நல்லாப் பௌச்சாப் போதுமின்னுல்லா நினைச்சேன் . .. இப்பிடி நீயும் கஷ்டப்படணுமின்னா எழுதியிருக்கு ...” என்று கண்ணீருக்கும் விசும்பலுக்கும் இடையே சொல்லிச் சொல்லி அழுதாள். ராமுக் கிழவனோ மகன் சொன்னதையும் சுப்பி அழுததையும் கேட்டு மனம் உடைந்து போனான். உண்மையில் மகன் டவுனில் ரொம்ப நல்லா பிழைப்பதாகத்தான் ரெண்டு பேரும் பெருமிதப் பட்டுக்கொண்டிருந்தார்கள்.

கண்களைத் துடைத்துக்கொண்டு, “நீ எங்களுக்கு ரூவாயே தர வேண்டாமிய்யா . . . நாங்க எப்பிடியும் பிழைச்சுக்கிடுவம் . . . நீ நல்லாருந்தாப் போதும்” என்று சுப்பி சொன்னபோது கரகரத்த குரலில் “ஆமய்யா” என்று மட்டும்தான் அவனால் சொல்ல முடிந்தது.

எல்லாம் நினைக்க நினைக்க ராமுக் கிழவனுக்கு மனம் வெம்பி விழிக் கடையில் கண்ணீர் முட்டி நின்றது. நல்ல வேளை. கேட்க வேண்டுமென்று மனசில் நினைத்ததை மகனிடம் இதுவரை கேட்டு விடவில்லை. கேட்டிருந்தா . . . சேச்சே. பிள்ளை தன் கஷ்டத்தோடு கஷ்டமா நூறு ரூவா கொடுக்கான். அது போக எனக்கு பலகாரம் வாங்கித் திங்க துண்டாக அஞ்சு பத்து குடுய்யான்னு கேட்டிருந்தா என்ன நினைப்பான் நம்பளப்பத்தி – என்று மனசுக்குள் எழுந்த நினைப்பை மனசிலேயே அழித்தான். இருந்தாலும் அந்தப் பட்டாணி சுண்டலை ஒரு கணம் நினைத்தால் பெருஞ்சோகம் வந்து மனசை அழுத்தியது.

“இப்பிடிப் பேசாம இருந்தா என்னய்யா . . . ஆத்தா . . . நீ சொல்லு . . .”

“இம்புட்டுக் காலம் இருந்துட்டு இனிமேக் கொண்டு எதுக்குய்யா ... அங்க போயிக்கிட்டு ...” என்று இழுத்தாள் சுப்பி.

அவளுக்கென்ன வென்றால் – நம்ம கதைதான் இப்பிடி ஆய்ப் போச்சு. கண்ணே கண்ணுன்னு ஒண்ணு பெத்தும் புள்ளைய நல்லா வச்சுப் பாக்க முடியலே. எம்புட்டோ நினைச்சு என்னமோ நடந்து ஒண்ணும் ஆகாமப்போச்சு. இனி அவன் கூடவே போயி இருந்து அவன் கஷ்டப்படுறதை வேறே கண் கொண்டு பார்க்கணுமா ... அதுவும் தவிர அங்கன நாலு படிச்ச மனுசருக வார இடத்துல கொறத்தி கணக்கா நாந்தான் இவளப்

பெத்தவன்னு முன்னாலே போயி நின்னா நம்ம புள்ளைக்கு மருவாதியா இருக்குமா . . .

இருவருடைய நீண்ட மௌனங்கள் சந்திரனுக்கு எரிச்சலூட்டின.

"இத பாருங்க – நான் வள வளன்னு சொல்லலை. உள்ளதை உடைச்சுச் சொல்லிர்றேன். வாங்குற சம்பளம் என்னைக்கும் போதாமத்தான் இருக்கு. பிள்ளைகளுக்கு படிப்புச் செலவு, துணிமணி, வைத்தியச் செலவுன்னு ஒண்ணும் கட்டுபடியாகலே. வீட்டுச் சோலிகளையும் பாத்து ராவா பகலா தீப்பெட்டி ஒட்டி அவளும் மாசம் பத்து நூறு வாங்கிப் போட்டும் கடனில்லாம காலம் தள்ள முடியலே . . . இப்ப நீங்க அங்கன வந்து இருந்திகன்னா பிள்ளைகளையாச்சும் பாத்துக்கிடுவிக. அவளுக்கும் கொஞ்சம் ஒத்தாசையா இருக்கும். கைப்பிள்ளையை வச்சுக்கிட்டு ஒத்தையில ரெம்பச் சங்கடப்படுதா . . . செலவும் ஒரே செலவாப் போகும். தவிரவும் இங்க நமக்கு என்ன இருக்கு சொத்தா . . . சுகமா . . . எல்லாம் நல்லா யோசனை பண்ணித்தான் சொல்றேன். பேசாம கிளம்புங்க . . ."

ராமுக் கிழவனின் மனச்சுமை இன்னும் கூடி வலித்தது. உடனே இருக்கிறதில் நாலு குறுக்கம் காட்டை வித்து பணத்தை மகன் கையில் குடுத்து "வச்சு நல்லா செலவழிச்சுக்கோய்யா"ன்னு கொடுக்க வக்கில்லாம நாமளே அவனுக்குப் பாரமா இருக்கும்படியாச்சே என்று மனசு துடித்தது. இத்தன காலம் பொழச்சு நாம இந்தப் பொழப்புத்தானே பொழச்சிருக்கம் என்று நினைக்க நினைக்க மனசு வெந்தது.

மறுநாள் மூட்டையைக் கட்டிக்கொண்டு மகனுடன் கிளம்பி நடந்தபோது ராமுக் கிழவனுக்கு தன் அய்யாவின் ஞாபகம் வந்தது. தெற்கே எங்கேயோ இருந்து சொந்த மண் கஞ்சி ஊத்தவில்லை என்று இங்கு வந்தான். இப்ப நமக்கும் அதே கதியாகிப் போச்சே என்று கண் கலங்கியபடிதான் பிறந்து வளர்ந்து உருண்டு புரண்ட மண்ணை திரும்பித் திரும்பிப் பார்த்தான். "உன்னை விட்டுட்டுப் போறனே" என்று மனசுக்குள் அழுகை வெடித்து வந்தது.

நடையை நிறுத்தி, பின்னால் திரும்பி "எட்டிப் போடுங்க நடையை" என்கிற மாதிரி இவர்களைப் பார்த்தான் சந்திரன்.

(மார்ச், 1980)

அப்பாவின் பிள்ளைகள்

அழகை ரசிக்கத் தெரியணும்.

ரசிக்கிற மனசு வேணும்.

எத்தனைதான் கஷ்டங்களும் பிரச்சனைகளும் மலையாய் வந்து அழுத்தினாலும் – ரசிக்கிற ஒரு மனசு இருந்துவிட்டால் எல்லாம் அழகாய்த்தான் படும். என்ன மனிதர்கள் இவர்கள்!

ஒரு நிமிஷம் நின்று இந்தக் குலுங்கிச் சிரிக்கும் மலர்களை ரசிக்க முடியாமல் – குளுமையான அதிகாலைப்பொழுதில் மெல்ல மெல்லப் பரவும் வெம்மையையும் நீளும் ஒளிக் கதிர்களையும் சற்றேனும் உணர முடியாமல் – வண்ண வண்ண மலர்களாய் வீதியெங்கும் சிரிப்பையும் ஒளியையும் சிந்திப் போகும் இந்தப் பெண்களிடம் மனசைப் பறிகொடுக்கத் தெரியாமல் எல்லாமே ஒரு அவசரமாய் எந்திர கதியில் வாழும் இவர்களின் வாழ்வு ஒரு வாழ்வா?

பூகோளப் புஸ்தகத்தில் தான் நேற்று வைத்த மயிலிறகு இன்று போட்ட குட்டியைப் பார்த்துக் குதூகலிக்கிற கடைக்குட்டித் தங்கையோடு சேர்ந்து தானும் சந்தோஷிக்க முடியாத அப்பா என்ன அப்பா. அப்பா அழகின் எதிரி. இதில் அவனுக்குப் பிடித்தது அம்மாதான். அவள் எதைச் செய்தாலும் அதில் ஒரு ஒழுங்கு இருக்கும். எதையும் சொல்வதானாலும் ரொம்ப நிதானித்து சொற்களைச் செதுக்கி அழகாகச் சொல்வாள். அப்பாவுக்கு இதெல்லாம் சுட்டுப்போட்டாலும் வராது. இப்போதுதான் பேச்சைக் கண்டுபிடித்த ஆதிவாசி போல வார்த்தைகள் தடித்து கரடு முரடான ஒரு சத்தக்குவியலாக வரும். நேற்று

ராத்திரி அவர் உதிர்த்த சத்தக்கலவை மனசில் ஓடியது. ‘சர்ரட்’ என்ற மூக்குச் சிந்தலுக்குப் பின்

“எலே ... நாளாக்கிப் போயி ஒழுங்கா

அன்ன ரத்னா மேச் பாக்டரியிலே

வேலைக்குச் சேரு ... எல்லாம் சொல்லி

வச்சிருக்கேன் ... விடியக் காலமே போயிரு ...

உன் கலைக்டர் உத்தியோகத்துக்கு காத்துக்

கெடந்தது போதும் – சர்ரட் ...”

இவனுக்கொன்றும் வருத்தமில்லை. வாங்கின பட்டம் ட்ரெங்குப் பெட்டிக்குள் தூசியடைந்து கிடக்கிறது. இவ்வளவு கஷ்டப்பட்டுப் படிக்கப் போட்டு கடைசிக்கி ஒரு தீப்பெட்டி ஆபீஸ் வேலைக்குத்தானா அனுப்பணும் என்று அம்மாவுக்குத்தான் ரொம்ப வருத்தம். இவனுக்கு ஒன்றுமில்லை. சொல்லப்போனால் இவனுக்கு ரொம்ப சந்தோஷம்தான்.

முன்பு கல்லூரிக்குப் போகிற காலை வேளைகளில் கையில் தூக்குவாளியுடனும் முகத்தில் சிரிப்புடனும் எதிரே வரும் – தீப்பெட்டி கம்பெனிகளுக்கு வேலைக்குப் போகிற – சில அழகான முகங்கள் இவன் மனதில் பதிந்திருந்தன. அதில் ஏதேனும் ஒரு முகம் இந்தக் கட்டிடத்துக்குள் வேலை பார்க்கலாம். திடீரென எதிர்ப்பட்டு அதிர்ச்சியூட்டலாம். நினைக்கவே நெஞ்சு அதிர்ந்தது.

“எதுவரைக்கும் படிச்சிருக்கேன்னு சொன்னே ...”

“பி.எஸ்.ஸிங்க”

“ம் ... டைப்ரைட்டிங் தெரியுமா”

“ஹையர் பாஸ் பண்ணியிருக்கேன்”

முதலாளியின் பற்களுக்கிடையில் ஒரே ஒரு தங்கப்பல் மின்னல் வெட்டுப்போல பளீரிட்டது. ‘முருகேசா ...’ என்று பக்கத்து அறையிலிருந்தவரை அழைத்து அவரோடு இவனை அனுப்பி வைத்தார்.

“நீ வேலாயுதம் அண்ணாச்சி மகந்தானே ...” என்று ரொம்ப பிரியமாகவும் சினேகமாகவும் பேசியபடி அவனை அழைத்துச் சென்றார் முருகேசன். அந்த நிமிஷமே அவரோடு ஒரு நெருக்கம் ஏற்பட்டு விட்டதை உணர்ந்தான். பிரியமாய் ரொம்ப நேரம் அவரோடு பேசிக்கொண்டிருக்கணும் போல தோன்றியது.

முருகேசன் டைப் பண்ணிக்கொண்டிருந்தார். டைப் ரைட்டரைச் சுற்றிலும் பேரேடுகள், நோட்டுகள் லெட்ஜர்கள் இறைந்து கிடந்தன. அடுத்த மேஜையிலும் அதேபோல. சுவரில் தங்க பிரேம் போட்ட பெரிய சைஸ் புகைப்படம். சட்டையில்லாத கருத்த பெரியவர். சுவருக்குப் பின்னால் சளசளவென்ற பேச்சுச் சத்தம். ஆம். அவர்கள்தான் பெண்கள். திகுதிகுவென்று நெஞ்சுக்குள்ளும் வயிற்றிலும் ஒரு இளம் தீ தளிர்த்தது. மனசில் பதிந்த ஏதாவது ஒரு முகம் எதிர்ப்பட்டு இன்பமாய் அதிர்ச்சியூட்டலாம். அந்தப்பக்கமாய் ஒரு 'ரவுண்ட்' போய் வரணும். இப்போ வேண்டாம். ஒருவேளை முருகேசனே கூட்டிக்கொண்டு போய் சுற்றிக் காட்டலாம்.

"தம்பி... இப்பிடி வா. இந்த பேலன்ஸ் ஷீட்டை அடிச்சுவை. நான் முதலாளி வீட்டு வரைக்கும் போயிட்டு வர்ரேன் . . ."

பழய மிஷின். டைப்பண்ண சுகமாய் இருந்தது. விசை மேடையில் விரல்களின் நர்த்தனம். நிரந்தரமான ஒரு பின்னணி இசைபோல சுவருக்குப் பின்னால் பெண்களின் பேச்சும் சிரிப்பும் – ஒரே லயத்துடன் 'முருகேசா . . .' என்று முதலாளி திடீர்க் குரல் எழுப்பினார்.

இவன் எழுந்து போனான். "இன்னும் வல்லியா அவன் . . . ம் . . . சரி . . . நீதான் பி.ஏ. படிச்சிருக்கியே இந்த லெட்டருக்கு ஒரு பதில் டைப் பண்ணிக்கொண்டா பாப்பம் . . . முப்பதாம் தேதிக்குள்ள சரக்கை அனுப்பிறலாமுன்னு எழுதணும் . . ."

"சரிங்க"

"ஆங் – கல்பனா மேச் ஒர்க்ஸ் 'லெட்டர் ஹெட்'டிலே தான் எழுதணும்"

நிதானமாக ஒரு தாளில் பதிலை எழுதி – திருத்தி – எழுதி டைப் பண்ணி – முதலாளியிடம் கொடுத்து அவர் படித்து முடித்து புன்னகைக்கவும்தான் மறுபடி மூச்சு வந்தது. திரும்பி வந்து பேலன்ஸ் ஷீட்டை தொடர்ந்தான். செவியும் மனசும் சுவருக்குப் பின்னால் லயித்திருக்க கையும் கண்ணும் கருத்தாயிருந்தன. முதலாளிக்கு தன்னுடைய இங்கிலீஷ் ஸ்டாண்டர்டு புரிந்திருக்குமா? அவர் எதுவரைக்கும் படித்திருப்பார்? முகக்தைப் பார்த்தால் அவ்வளவு படித்தவராகத் தெரியவில்லை. "முருகேஷா . . ." என்ற வித்தியாசமான கட்டைக்குரல் இவன் தலையை நிமிர்த்தியது. ஒரு கண்ணாடிக்காரப் பெரியவர்.

"தம்பி நீ தான் புதுசா வந்தவனா"

"ஆமாங்க"

“அவன் இன்னும் வல்லியா”

“இல்லிங்க”

“சரி அவன் வரட்டும். தம்பி இதபாரு இன்னிக்கு சம்பளம் போடணும். இந்த நோட்டிலே ஒவ்வொரு பிள்ளையும் எத்தனை கட்டு தீப்பெட்டி ஒட்டியிருக்குதுன்னு நாள் வாரியா எழுதியிருக்கு. ஒவ்வொரு பிள்ளைக்கும் என்ன வருதுன்னு தனித்தனியா டோட்டல் பண்ணி பென்சிலாலே கீழே எழுதணும்.”

மாதிரிக்கு ஒரு பக்கம் செய்து காட்டினார்.

“முருகேசண்ணன் இதை டைப் பண்ணச் சொன்னாரு” என்று இழுத்தான்.

“அவங்கிடக்கான். வந்து அடிப்பான். நீ இதப்பாரு. இதான் இப்ப அவசரம்”

முத்துலட்சுமி, ஜெகதா, சுப்பம்மாள் என்று நோட்டின் பக்கத்துக்கு ஒரு பெயராக இருந்தது. கொஞ்சம் நாகரீகமான பெயருக்கு அழகான எடுப்பான முகத்தையும் சுப்பம்மாள் மாதிரி பெயர்களுக்கு சுமாரான முகத்தையுமாக மனசில் கற்பனை பண்ணி ரசித்தபடி கூட்டிக்கொண்டிருந்தான். கூட்டக்கூட்ட வந்து கொண்டேயிருந்தது பக்கம். ஒரு வழியாய் கூட்டி முடித்துவிட்டு எழுந்து வேட்டியை உதறிக்கட்டி உடம்பை முறித்துக்கொண்டபோது “முருகேசா ...” என்று மறுபடி முதலாளி.

“இன்னுமா வல்ல அவன்” கையில் சிகரெட் புகைந்துகொண்டிருந்தது.

“சரி தம்பி ... இன்னிக்கி சம்பளம் போடணும். பேங்க்கில போயி இந்த செக்கை கேஷ் பண்ணிட்டு வரணும்”

“சரிங்க”

“வெளியே சைக்கிள் இருக்கும் எடுத்துக்க. வெயில்ல நடந்து போவேணாம்”

“சரிங்க”

“அண்டிராயர்லே பை இருக்கா?”

“இல்லிங்க . . .”

“பிறகு?”

“சட்டையில உள் பை வச்சிருக்கேன்”

“ம் . . . சரி பணம் பத்திரம்”

க்யூ நீண்டிருந்தது. பளபளக்கும் மொஸைக் தரையும் குளுமையான ஃபேன் காற்றும் கவுண்டரில் இருந்த கவர்ச்சிகரமான முகமும் காத்திருத்தலை சுகமாக்கின. பணத்தோட சைக்கிளை எடுத்தபோது நெருப்பாய் வயிற்றில் பசி.

திரும்பிய போது மணி மூன்று. பசியின் பிடியில் உடம்பு துவண்டு வந்தது. முதலாளியின் அறை பூட்டியிருந்தது. பணத்தை வாங்கிக் கொண்ட முருகேசன்.

"காலையிலே 'டோட்டல்' போட்டுக் குடுத்தியாமே அதேபோல இந்த மூணு நோட்டிலேயும்–"

சொல்ல ஆரம்பித்தவர் சட்டென நிறுத்தி இவனை நிமிர்ந்து பார்த்து கொஞ்சம் பதறிய குரலில் "நீ இன்னும் சாப்பிடலியா?" தலையசைத்தான்.

"போ போ . . . முதல்த போயி சாப்பிட்டுவா சைக்கிள் எடுத்துட்டுப்போ" கொஞ்சம் குற்ற உணர்வும் நிறைய பரிவும் கூடிய குரலில் அவர் சொன்னதும் இவனுக்கு மனம் நெகிழ்ந்து கண்ணில் நீர் துளிர்த்து விட்டது. சாப்பிட்டு வந்து மறுபடி கூட்டலைத் துவக்கினான். இடையிடையில் சுவருக்குப் பின்னால் மனசு முகங்களைத் தேடும். ஜகதா . . . சுப்புலக்ஷ்மி எல்லா நோட்டுகளை கூட்டி முடித்து உடம்பை நெளிக்கவும் முதலாளி ரூமிலிருந்து சில கவர்களை எடுத்து வந்த முருகேசன் "தம்பி இதையெல்லாம் கொண்டு ஹெட்போஸ்டாபீஸ் பெட்டியிலே சேக்கணும். ஆறு மணிக்கு எடுத்துருவான். இன்னும் அரை மணிதான் இருக்கு. சைக்கிள்ள போயிட்டு வந்துரு பாப்பம்" என்று சொல்லி கவர்களைக் கொடுத்தார். இதைப் போட்டுட்டு வந்துட்டா அதோட இன்னைக்கு வேலை முடிஞ்சது என்கிற தொனி அவருடைய குரலில் இருந்தது.

சைக்கிளில் பறந்து போய் போஸ்ட் பண்ணி விட்டு திரும்பியபோது குளுமையான காற்று முகத்திலடித்தது. ஆனந்தமாயிருந்தது. இனி தினசரி செய்கிற கடைசி வேலை இது. இந்தப் பாதையின் ஒவ்வொரு இடுக்கும் பரிச்சயமாகிப் போகும். தினமும் சந்திக்கப் போகிற புதுப்புது முகங்கள் மனசில் பதியும். அடையாளம் கண்டு எப்போதாகிலும் புன்னகையைப் பரிமாறிக் கொள்ளவும் செய்யலாம். நினைவுகள் பின்னலிட்டன. இதமாயிருந்தது, நினைக்க.

ஸ்கூட்டரில் போவதான ஒரு கற்பனையில் சர்ரென்று சைக்கிளை ஒடித்து ஒடித்து திருப்பி வேகமாக வந்து இறங்கினான். இவனுக்காகவே காத்திருந்த முருகேசன் கையில் ஒரு டப்பாவைத்

தூக்கிக் கொண்டு "இந்த நோட்டுகளைத் தூக்கிட்டு எம் பின்னாடி வா சம்பளம் போட்ருவம்" என்றபடி நகர்ந்தார்.

நொறுங்கிய மனசுடன் அவர் பின்னால் போனான். இவன் பெயர் வாசிக்க முருகேசன் டப்பாவிலிருந்து பணத்தை எண்ணிக் கொடுக்க – வரிசை நீண்டு கொண்டே போனது. பெண்கள் பக்கத்தில் வந்து நின்று சம்பளம் வாங்கினார்கள். திகுதிகுவென எரியும் ஆவலுடன் ஒவ்வொரு முகத்தையும் நோக்கினான். மனம் அவிந்து போனான். மலர்ச்சியில்லாத எண்ணெய் வழிகிற முகங்கள். ஒவ்வொரு முகமும் வறண்டிருந்தது. ஒவ்வொரு பெண்ணும் மேஜையருகே வந்ததும் குப்பென்று ஒரு நெடி மூக்கிலடித்தது. தீப்பெட்டிக் கருமருந்து வாடையுடன் எண்ணெய்ச் சிக்கு வாசனை என்றைக்கோ தலையில் வைத்த பூவின் மிச்சவாசம் குளிக்காத பெண்ணுக்குரிய கவிச்சியென எல்லாமாய்ச் சேர்ந்த ஒரு நெடி. கூடவே 'சளபுளா' 'சளபுளா'வென்று ஆம்பிளைக்கு சமதையான கிண்டல் பேச்சுகள் வேறே.

இவன் மனசின் சித்திரங்கள் ஒவ்வொன்றாய் அழிந்து வழிந்தன. திடீரென உடம்பெல்லாம் ஒரு அசதி கவ்விக் கொண்டது. தலை வலித்தது.

பட்டுவாடா முடிந்து மறுபடி அறைக்குள் வந்து கூட்டல் கழித்தல் பார்த்து மிச்சப்பணத்தை சரிபார்த்து முடிந்து கணக்கை லெட்ஜர்களில் எழுதி முடிக்கையில் வெளியே ஸ்கூட்டர் சத்தம் கேட்டது. இவனை இருக்கச் சொல்லிவிட்டு முருகேசன் பணத்தை எடுத்துக்கொண்டு போனார்.

இவன் மேஜையில் சோர்ந்து சரிந்தான். நெற்றி தெறித்தது. ரொம்ப நேரமாகியும் முருகேசன் திரும்பாததால் மெல்ல வெளியே வந்தான். தூங்கி எழுந்து பவுடர் போட்டு கைலியுடன் சிகரெட் பிடித்துக்கொண்டிருந்த முதலாளியுடன் முருகேசன் அடக்கமாகப் பேசிக்கொண்டிருந்தார். தற்செயலாக இவன் பக்கம் திரும்பிய முதலாளி "நீ வேணுன்னா போயேன் தம்பி" என்றார். குபுக் கென்று அழுகை வந்தது. வணக்கம் சொல்லிவிட்டு கிளம்பினான்.

"காலையில் ஏழு மணிக்கு வந்திருப்பா–" என்று முருகேசன் ஞாபகப்படுத்தினார்.

தெரு வெறிச்சோடிக் கிடந்தது. தெருவிளக்கும் இல்லாமல் ஆள் நடமாட்டமு இல்லாமல் இவனுடைய செருப்புச்சத்தம் மட்டும் பயங்கரமாகக் கேட்டது. பயந்தபடியே ஒரு நாய் விழித்துக் கொண்டு "வள்ள் . . ." என்று குரலெழுப்பியது. நா வறண்டு கைகால்கள் விளங்காமல் போனது போல நடந்து நாயிடமிருந்து நல்ல வேளையாகத் தப்பி வீட்டையடைந்தான்.

விளக்கணைத்துக் கதவைப்பூட்டி எல்லாரும் எனக்கென்ன என்று நிம்மதியாகப் படுத்திருந்தார்கள். அம்மா கூடப் படுத்துவிட்டாள்.

கதவைத் தட்டினான். மறுபடி தட்டினான். "யம்மா..." தட்டினான். "கதவைத் திறம்மா" என்று தட்டினான். லேசான முனகலாக "ம்ம்..." என்ற சத்தம் கேட்டது. "யம்மா கதவத் தொறந்து தொலை" என்று தடதடவென்று முரட்டுத்தனமாக கதவை தட்டினான்.

திடீரென ஒரு கணம் தட்டுவதை நிறுத்தினான். ச்சே. அப்பா மாதிரியே தட்டுகிறோமே. உடம்பு முழுசாய் ஒருமுறை அதிர்ந்து குலுங்கியது.

(நவம்பர், 1980)

சுப்புத்தாய்

தம்பிப்பயலை சேலை முந்தானைக்குள் சுற்றி மூடிக்கொண்டு ஆத்தாளும் ஏறிவந்து பஸ்ஸில் உக்கார்ந்த பிறகுதான் சுப்புத்தாயின் மனசு கொஞ்சம் நிலைகொண்டது. எந்த நேரத்திலும் ஆத்தாளை பஸ்ஸில் ஏற கூடாதுன்னு ரத்தினம் தடுத்து விடுவானோ என்று பயந்துகொண்டேயிருந்தாள். நேத்து ராத்திரி ஊருக்குத் திரும்பும் போதே ரத்தினத்துக்கிட்டே சுப்புத்தாயி கேட்டிருந்தாள்,

“எங்க ஆத்தாளுக்கு மேலுக்குக்குச் சுகமில்ல.

ஆஸ்பத்திரிக்கு கூட்டிட்டுப் போகணும்.

நாள ஒரு நாளக்கி எங்க ஆத்தாளையும்

நம்ம பஸ்ஸிலே ஏத்திக்கிற மாட்டியாண்ணே . . .”

முதல்ல மாட்டேன்னுதான் சொன்னான். கூட வந்த பிள்ளைகளும் பாப்பக்கா மாதிரி பெரிய பிள்ளைகளும் கெஞ்சப் போயி கடைசியில் “சரி வரட்டும்’னு சொல்லியிருந்தான்.

இருந்தாலும் ரத்தினத்தை நம்பமுடியாது. நேரத்துக்கு ஒண்ணு பேசக்கூடியவன் அவன்.

“தீப்பெட்டியாபீசிலே வேலை பாக்குறவுகளை

ஏத்திப் போகத்தான் முதலாளி இந்த

வண்டிய விட்டிருக்காரு. ஒங்க வீட்ல

இருக்கிறவுகள ஏத்திக்கிட்டு டவுனுக்கு

சண்டிங் அடிக்கதுக்கில்ல . . .”

என்று சமயத்தில் சட்டம் பேசிவிடவும் செய்வான். அப்படி எத்தனையோ வட்டம் பேசியும் இருக்கான்.

அதனால் ஆத்தா ஏறி உக்காந்த பிறகும்கூட சுப்புத்தாயிக்கு மனசு 'திக்திக்'கென்றுதானிருந்தது. பஸ் கிளம்பி வடபட்டி விலக்கை தாண்டின பிறகுதான் பயமில்லாமல் ஜன்னல் வழியே வேடிக்கை பார்த்தாள். தூரத்தில் மானம் ரொம்ப சிகப்பாய் இருந்தது. இன்னம் சூரியன் வரவில்லை. குளுந்த காத்து மூஞ் சியிலடித்தது. வாடையடிக்காமல் தம்பிப் பயலை ஆத்தா நல்லா பொத்தியிருக்காளா என்று ஒரு வட்டம் பார்த்துக் கொண்டாள். நல்ல வேளை முதல் 'திரிப்'பில் போற பஸ்ஸில் போகவில்லை. அது விட்டுன்னு விடியமின்னயே ஊருக்குள்ள வந்துரும். பனியோடயும் குளுரோடயும் போகணும். அதுல போனா வேற வினையே வேண்டாம். ஆத்தாளுக்கு சன்னியே வந்துரும். மாரித்தாயே ... எங்க ஆத்தாளுக்கு காச்சல் சரியாப் போகணும் தாயே ... என்று மனமுருகி ஒருமுறை மனசுக்குள் கும்பிட்டாள்.

இப்ப வண்டி டவுணுக்குள்ளே போகவும் வெயில் வரவும் சரியா இருந்தது. ஆனால் வெயில் வந்து ரொம்ப நேரங்கழிச்சுத்தான் பெரியாஸ்பத்திரி தொறக்கும். அதுவரைக்கும் ஆத்தாளையும் தீப்பெட்டிக் கம்பெனியிலேதான் உக்கார வச்சிருக்கணும். கணக்கன் வஞ்சாலும் வைவான். கணக்கை நினைச்சதும் பழையபடிக்கி மனசு 'கெதக் கெதக்'குன்னு அடிச்சது. பயம்மாய் இருந்தது. பாப்பக்காதான் "சும்மா கூட்டியாடி கணக்கன் ஒண்ணுஞ் சொல்ல மாட்டான்"னு தைரியம் சொன்னாள்.

ஆத்தாளை தம்பிப் பயலுடன் மருந்து அரைக்கிற ரூம்புக்கு அடுத்த தட்டி மறைசலில் உட்கார வைத்தாள். அந்த இடத்துலதான் வாடைக்காத்து அடியாமல் இருக்கும். லேசாக கருமருந்து வீச்சம்தான் எடுக்கும்.

உள்ளே வந்ததுமே கணக்கன் ஒரு மாதிரி ஆத்தாளை முறைத்துப் பார்த்தான். "இங்கன உக்காரப் புடாது"ன்னு சொல்லிருவானோ என்று சுப்புத்தாயி பயந்தாள். கணக்கன் ரொம்ப மோசமானவன். எல்லாப் பிள்ளைகளையும் தினம் கெட்ட வார்த்தையில் வைவான். அவன் இருந்தால் ஒருத்தரும் பேசக்கூட மாட்டார்கள். நல்ல வேளை அவன் ஆத்தாளை ஒண்ணும் சொல்லவில்லை. ம்க்கும் ...கு ம் ...என்று கனைத்து விட்டு பேசாமலிருந்து விட்டான்.

ஆத்தாளை அங்கே உக்கார வைத்துவிட்டு மத்த பிள்ளைகளோடு தீப்பெட்டி ஒட்ட வந்துவிட்டாள். மேலுக்கு சேட்டமில்லாமல் போனதிலிருந்து ஆத்தா வேலைக்குப் போகவில்லை. இவ ஒட்டி கொண்டு போற துட்டுத்தான். இன்னைக்குகூட கணக்கனிடம் அஞ்சு ரூவா அட்வான்ஸ் வேணுமின்னு கேட்டாள். ஆத்தாளுக்கு குளுகோஸ் பொடி

தண்ணியில் கலந்து கொடுத்தால் நல்லதென்று எல்லோரும் சொன்னார்கள். அது வாங்கிட்டு ஆத்தா டவுணபஸ் ஏறிப் போகணுமே என்று அட்வான்ஸ் கேட்டாள். “அதெல்லாம் மொதலாளி வந்தப் பெறகு கேட்டுத்தான் சொல்ல முடியும்” என்று கணக்கன் கறாலாகச் சொல்லிவிட்டான். துட்டு கிடையாமல் போயிருமே என்று நினச்சாலே அவளுக்கு தொண்டையை அடைச்சது. அதெல்லாம் முதலாளி குடுப்பாரு பாரேன் என்று கூட இருந்த பிள்ளைகள் தைரியம் சொன்னார்கள்.

முதலாளி குடுப்பார். அவர் கணக்கனை மாதிரி அசிங்கப் போச்சே பேசமாட்டார். சில்க் வேட்டியும் சில்க் சட்டையும் போட்டுக்கிட்டு ஜம்முன்னு இருப்பார். எந்நேரமும் அவர் சட்டைப் பைக்குள் ரூவாத்தாள் இருந்துக்கிட்டே இருக்கும். ஆனா அவர் பத்து மணிக்குத்தான் மோட்ரிபைக்கில் வருவார். அதுவரைக்கும் சும்மா இருக்கிறதுக்கு என்னத்தையாச்சும் ஒத்த ரூவாய்க்கின்னாலும் ஒட்டலாமே என்றுதான் ஒட்ட வந்தாள். ஆனால் நொட்டாங் கையில் பெரிசு பெரிசாக சிரங்கு வெடிச்சிருந்ததால் எப்பயும் போல வேகமாக ஒட்ட முடியவில்லை. பசை சிரங்கில் பட்டாலே தீயாய் காந்தியது. பஸ்ஸில் வரும்போதும் குளுந்த காத்து வீசியடிச்சபோது சிரங்கு ‘விண் விண்’ ணென்று தெறித்தது.

ஊடே ஊடே தம்பிப்பயல் அழுகிற சத்தம் கேட்டது. அவனுக்கு பசிச்சிருக்கும். ஆத்தாளுக்கு காச்சல் வந்ததிலிருந்து அவனுக்குப் பால் கிடையாது. கேப்பை மாவுதான் கரைச்சுக் குடுத்தார்கள். ஆத்தா பால் கொடுத்தால் அவனுக்கும் காச்சல் வந்துரும் என்று பயந்தார்கள். சிணுங்கிச் சிணுங்கி பிறகு ஒரேயடியாக அழுதான் தம்பி. ஒட்டுவதை நிறுத்திவிட்டு எழுந்திரிச்சுப் போய் எட்டிப்பார்த்தாள். அழுகையை அமர்த்திப் பார்த்து முடியாமல் ஆத்தா அவனுக்குப் பால் கொடுத்துவிட்டாள். ‘ஆவ் ஆவ்’ என்று அவன் பாலைக் குடிக்கிறதைப் பார்க்கப் பாவமாயிருந்தது. அதப் பார்த்ததுமே சுப்புத்தாயிக்கு அழுகை வந்துவிட்டது.

கண்ணைத் துடைத்துக் கொண்டு மறுபடி ஒட்ட வந்தாள். இனிமே தம்பிப் பயலுக்கும் காச்சல் வந்துருமே என்று மனசுக்குள் அழுகை முட்டி வந்தது. இப்ப அவன் அழுகிற சத்தம் கேட்கவில்லை. அவன் ரொம்ப நல்லவன். கெட்டிக்காரன். தங்கக்கட்டி, ரொம்ப அறிவுள்ளவன். பசிச்சா மட்டுந்தான் அழுவான். அமத்திட்டா பிறகு சிரிச்சுக்கிட்டு ஆ . . . ஊ . . .ன்னு பேசுவான். மத்த பிள்ளைகளை மாதிரி சும்மா ஓயாம நைய் . . . நைய்யினு . . . அழ மாட்டான். பாலைக் குடுத்து தொட்டில்ல போட்டுட்டு ஆத்தா காட்டுக்குப் போனாலும்

திரும்பி வார வரைக்கும் பேசாம படுத்துக் கிடப்பான். அவனப் பத்தி நினைக்க நினைக்க அழுகையில் தொண்டை அடைத்தது. திடீரென்று ஆத்தா யார் கூடவோ சண்டை போடுகிற மாதிரி கூப்பாடு கேட்கவும் ஒட்டுவதைப் போட்டுவிட்டு பதறிக்கொண்டு அவளும் மத்த சில பிள்ளைகளும் ஓடினார்கள். எழுந்து நின்று, அவிழ்ந்த தலையைக்கூட அள்ளி முடியாமல் ஒரு கையால் அழுகிற தம்பியை நெஞ்சோடு அணைத்தபடி ஒரு கையால் பால் கொடுத்த ரவிக்கையை அவசரமாய் இழுத்து இழுத்து மூடியபடி அழுகையும் ஆத்திரத்தோடும் கணக்கனை வைது கொண்டிருந்தாள். பாப்பக்காளும் ஆத்தாளோடு சேர்ந்து கொண்டு கணக்கனை தாறுமாறாக வைதாள். கணக்கன் தப்பு எதுவுமே செய்யாத நல்லவன் மாதிரி "மொதல்ல நீ இடத்தக் காலிபண்ணு இங்கன யாரும் ஒக்காரக் கூடாது" என்று பதிலுக்கு விரட்டினான். "ச்சீ ... மானங்கெட்ட பயலே ..." என்று ஆத்தா அவளை வைது காரித்துப்பினாள். சுப்புத்தாய் திகிலடைந்து நின்றாள்.

அந்நேரம் முதலாளி ஸ்கூட்டர் வண்டியில் வந்து விட்டார். வந்ததும் வராததுமாக பாப்பக்கா அவரிடம் முறையீடு செய்தாள். ஆத்தாள் எதுவும் பேசாமல் கண்ணீர் உகுத்தபடிக்கு நின்றாள். சுப்புத்தாயிக்கு அவள் நின்ற கோலத்தைப் பார்க்கச் சகியாமல் நெஞ்சுக் கூடு வெந்து விடும் போல பெருமூச்சும் அழுகையுமாய் வந்தது.

எல்லாத்தையும் கேட்டுவிட்டு முதலாளி கணக்கனைப் பார்த்து "ஏ ... காலங் காத்தால போயி வேலையைப் பாருப்பா" என்று சொல்லிவிட்டு சுப்புத்தாயைக் கூப்பிட்டு அஞ்சு ரூபாயக் குடுத்து "கூப்பிட்டுட்டு போம்மா" என்று அனுப்பிவிட்டார்.

ஆத்தாளை பஜார் வழியே வெயில் படாமல் ஓரமாக பார்த்து கூட்டிக் கொண்டு பெரியாஸ்பத்திரி போனாள். சீட்டு வாங்காமல் வரிசையில் நின்னதுக்காக நர்ஸம்மா கண்டமானக்கி வைதாள். பிறகு சீட்டு வாங்கிக்கொண்டு வரிசையில் நின்றார்கள். சத்தம் வெளியே கேட்டு விடாமல் ஆத்தா ஏங்கி ஏங்கி அழுதுகொண்டேயிருந்தாள். அய்யாவை நினைச்சுத்தான் அவள் அழுகிறாள் என்பது தெரிந்துவிட்டது. அய்யாவை நினச்சதும் சுப்புத்தாயிக்கும் அழுகை வந்தது.

பல்லைக் கடித்து எச்சிலைக் கூட்டி விழுங்கி மனசை அடக்கிக்கொண்டு ஆத்தாளின் கையை ஆதரவாகப் பற்றி "வேண்டாந்த்தே... அழுகாத... அழுகாதத்தே" என்று தேற்றினபடி சிரங்குக் கையை யாரும் இடித்துவிடாமல் வரிசையோடு நகர்ந்து கொண்டிருந்தாள்.

(ஜூன், 1984)

குரல்கள்

கடைசியாக அவர் போட்டா பிடிக்க வேண்டும் என்று சொன்னார். உடனே எல்லாப் பிள்ளைகளுக்கும் ஒரே சந்தோஷமாகிப் போச்சு. நான் நீ என்று முந்திக் கொண்டும் இடித்துக் கொண்டும் தள்ளிக் கொண்டும் “இந்தா... இடிக்காத பிள்ளே . . . ஏ வள்ளி கொள்ளி எதுக்கு என்னய இடிக்கே” என்கிற மாதிரி ஒருத்தரை ஒருத்தர் திட்டிக்கொண்டும் அந்த சாரின் கழுத்தில் தொங்கிய கேமிராவுக்கு முன்னால் நிற்கலாயினர். சுற்றி நின்று வேடிக்கை பார்த்துக் கொண்டிருந்த ஊர் பெரியவர்கள் “அவயம் போடாம நில்லுங்க... கழுதைகளா” என்று சிறுவர்களை அதட்டினார்கள்.

ஆனால் அந்த சார் “எல்லோரும் வேண்டாம் இந்த மூணு பேர் மட்டும் நின்னாப் போதும்” என்று சொல்லியதும் பிள்ளைகளுக்கெல்லாம் ஏமாற்றமாகிப் போச்சு. நிராசையோடும் பொறாமையோடும் இந்த மூணு பேரையும் – காளியப்பன், ரங்கசாமி, மாரியைப் – பார்த்தபடி பெரியவர்களின் அதட்டல்களுக்குப் பணிந்து விலகி நின்றனர். காளியப்பனும் ரங்கனும் வீட்டுக்கு ஓடிப்போய் சட்டை போட்டுக் கொண்டு வந்து விடுவதாய்ச் சொன்னபோது அந்த சார் மறுத்துவிட்டார். சட்டையில்லாமல்தான் இருக்கணும் என்று சொல்லிவிட்டார். அந்த மூணு பேரில் சின்னவனான (போன வருசத்தான் ஆறாம் வகுப்பை பாதியில் விட்டிருந்த) மாரிக்கு ரொம்ப ஆச்சரியமாகவும் அதிசயமாகவும் இருந்தது. “என்னடா இது இந்த பத்து நாளா இதே மாதிரி வந்துபோன மூணு சார்களுமே சொல்லி வச்சாப்பிலே சட்டை இல்லாமத்தான் போட்டோவுக்கு நிக்கணுமிங்காக”

இவர்களைப் போட்டாப் பிடித்த பிறகு அந்த சார் என்ன நினைத்தாரோ. ஒதுங்கி நின்ற பிள்ளைகளையும் கூட்டமாய் நிற்க வைத்து ஒரு படம் எடுத்துக்கொண்டார்.

கையிலிருந்த சாமான்களை தோளில் தொங்கின "பள்ளிக்கூடத்துப் பை'க்குள் வைத்துக்கொண்டு "அப்ப கிளம்புவமா" என்று கூட வந்தவரிடம் கேட்டார். அந்தக் கூட வந்தவரை மாரி முன்னமே பார்த்திருக்கிறான். அவன் வேலை பார்த்த பயர் ஆபீசுக்கு மோட்டார் பைக்கில் அடிக்கடி வந்திருக்கிறார்.

அவர்கள் கிளம்பிக்கொண்டிருந்தபோது கூட்டத்திலிருந்து "பெறப்புட்டாகளா ... ரூவா கீவா ஒண்ணுந் தரமாட்டாகளா ...?" என்ற மாடத்தியின் குரல் பலத்த சிரிப்பைக் கிளப்பியது. மாரிக்கும் கூட சிரிப்பு வந்துவிட்டது. மாடத்தி எப்பவும் இப்படித்தான். எக்குத்தப்பா என்னத்தையாச்சும் கேட்டு வைப்பா. எல்லாரும் சிரிச்சுக்கிட்டு கிடப்பாக.

எல்லோருக்கும் பொதுவாய் ஒரு கும்பிடு போட்டுவிட்டு மோட்டார் பைக்கின் பின்னால் ஏறி 'தடதட'வென்று சார் கிளம்பிவிட்டார். சில பையன்கள் மட்டும் பின்னாலேயே கொஞ்ச தூரம் ஓடிவிட்டுத் திரும்பினர்.

வேறொரு சமயமாக இருந்தால் மாரியும் கூட அப்படி ஓடியிருப்பான். ஆனால் இந்த பத்து நாளாய் ஆட்டபாட்டம் எல்லாம் அடங்கிப் போயிருந்தான். மனசில் 'திக்திக்' என்று ஒருபயம் எந்நேரமும் இருந்து கொண்டிருந்தது. தனியாக இருக்கும்போது ரொம்பவும் பயமாய் இருந்தது. அதோடு, மாற்றி மாற்றி காரிலும் பைக்கிலுமாக பெரிய ஆள்கள் வந்து அவனைப் பார்த்து கேள்விகள் கேட்டுப் பேசிக்கொண்டிருந்துவிட்டுப் போவதால் 'நாம அப்படியெல்லாம் ஆடிக்கிட்டுத் திரிய கூடாதென்'கிற மாதிரியும் அவனுக்குப் பட்டது.

பைக் போன பிறகு வீடுகளுக்குத் திரும்பிக் கொண்டிருந்த பொம்பிளையாளுகளும் பெரியாளுகளும் மாடத்திகேட்ட அதே கேள்வியை வேறு மாதிரி தங்களுக்குள் விசாரித்துக் கொண்டனர். "எழுதிக்கிட்டுப் போறாகளே ... போயி இன்னிமே ரூவாயிக்கு எதுனாச்சும் ஏற்பாடு செய்வாகளா" என்கிற மாதிரி. ஏளனச் சிரிப்புடன் "அட நீ ஒண்ணு இவுகள்ளாம் பேப்பர்காரங்க . . . எழுதிட்டுப் போயி அவம் பேப்பர்ல போடுவான். அம்புட்டுத்தான். காசாவது, பணமாவது . . ." என்று சிலபேர் பதிலும் சொல்லிக் கொண்டார்கள்.

மாரிகூட முதலில் நினைக்கத்தான் செய்தான் – "வந்திருக்காகளே பைக்கிலே . . . என்னமும் குடுப்பாகளா"

என்று. ஆனால் வந்த சாரும் நேத்து முந்தாநாள் வந்தவுக மாதிரியே நோட்டைத் திறந்து வச்சிகிட்டு கேள்வி கேட்க ஆரம்பிக்கவும் தான் "சரி இது ஒண்ணும் ஒப்பேறாது" என்று புரிந்துகொண்டான்.

எல்லாரும் இப்படி ரூவாயைப் பற்றிப் பேசுறதுக்குக் காரணமும் உண்டு. இதுவரைக்கும் ஒரு அஞ்சாறு தடவையாச்சும் கார்களும் பைக்குகளும் ஊருக்குள் வந்திருக்கும் – இந்தப் பத்து நாளையிலே. அதிலே நாலு தரமாச்சும் ஊருக்குள்ளே பணம் பட்டுவாடா ஆகியிருக்கும். அதனாலதான் கார் மோட்டார் பைக்கைக் கண்டதும் என்னமும் குடுப்பாகளோன்னு நினைக்க வேண்டியிருந்தது.

பத்து நாளைக்கு முன்னே முதல் முதலாக ஊருக்குள்ளே கார்கள் வந்தது. நாலு கார் சேர்ந்தமானக்கி வந்தது. அப்ப ராத்திரி மூணு மணியிருக்கும். இருட்டு கசமாயிருந்தது. வீ . . . வீ . . . என்று காற்றுப் பலமாய் அடித்துப் பயங்காட்டியது. இப்ப நினைச்சாலும் மாரிக்குப் பயமாயிருந்தது. அந்தக் காரிலேதான் காளி, ரங்கன், மாரி மூணு பேரும் வந்து இறங்கினது. அந்தக் கார்கள்ளே அவன் வேலை பார்த்த பயர் ஓர்க்ஸ் முதலாளியும் இன்னஞ் சில தீப்பெட்டியாபீஸ் முதலாளிகளும் நம் ஊர் பெரியாளுகள் சிலபேரும் ஓட்டுக்கேக்கவாற சில ஆளுகளும் வந்து இறங்கினாக.

வந்து இறங்கியதுமே மாரியின் ஆத்தா ஓடி வந்து அவனைத் தூக்கி நெஞ்சோடு கட்டிக் கொண்டு 'மூசு மூசு' என்று அழுதாள். ஒன்றும் பேசவோ எதுவும் சொல்லி அழவோ அவளால் முடியவில்லை. ஆனால் காளியப்பனின் ஆத்தா, "என்னப் பெத்த அய்யா ..." என்று காளியைக் கட்டிக்கொண்டு ஒப்பாரியே வைத்துவிட்டாள். இன்னும் சில பொம்பிளைகள் நெஞ்சிலும் வயத்திலும் அடித்துக்கொண்டு கதறி அழுதார்கள். அவுக பிள்ளைகள் யாரும் காரில் வந்து இறங்கவில்லை. அந்தப் பொம்பிளைகளையெல்லாம் ஏற்றிக்கொண்டு இரண்டு கார் மட்டும் உடனே டவுனுக்குத் திரும்பியது. வந்த பெரியாட்களெல்லாம் மடத்திலே உட்கார்ந்தார்கள். ஊர்க்கூட்டம் அந்நேரமே கூட்டினார்கள்.

மாரிக்கு ஒன்றுமே விளங்கவில்லை. அவன் பயத்திலே நாக்கு ஒட்டிப்போய் மிரண்டு போயிருந்தான். ஆத்தாளைக் கட்டிக்கொண்டு ஒரு ஓரத்தில் ஒடுங்கிப் போயிருந்தான்.

ரொம்ப நேரம் பேசினார்கள். ஊரிலுள்ள முன்னூறு வீடுகளுக்கும் வீட்டுக்கு நூறு ரூபாயும், பாதிக்கப்பட்ட பதினாறு வீடுகளுக்கும் வீட்டுக்கு இரண்டாயிரமும் கணக்குப்

போட்டுப் பணத்தை எண்ணிக் கையில் கொடுத்துவிட்டு பாதிக்கப்பட்டவர்களுக்கு இன்னமும் செய்வதாகவும் ஊர் குடிதண்ணிக் கிணற்றை ஆழப்படுத்தி 'டேங்க்' கட்டித் தருவதாகவும் வாக்குறுதி கொடுத்து விட்டுப் பதிலுக்கு "யார் வந்து கேட்டாலும் விபத்துலே இறந்ததிலே மூணே மூணு பேர்தான். எங்க ஊர்க்காரங்க நைட் வேலைக்குப் போன மத்த மூணு பையன்களும் இந்தா காயமே படாம தப்பிச்சு வந்துட்டாங்ககன்னுதான் பெரியவர்கள் சொல்லணும்" என்று சத்தியம் வாங்கிக்கொண்டு டவுண் பெரியவர்கள் காரில் கிளம்பினார்கள்.

அவர்கள் சொன்ன மாதிரியே அந்த பதினாறு வீடுகளுக்கும் மேற்கொண்டு மூவாயிரம் அடுத்த நாலு நாளிலேயே கொடுத்தும் விட்டார்கள். நல்ல தண்ணிக் கிணற்றில் – இந்தா – வேட்டுப் போட்டுக் கொண்டிருக்கிறார்கள். பிள்ளைகளைப் பறிகொடுத்த பதினாறு வீட்டுக்கும் 'இன்னும் உதவி செய்வோம்' என்று வேறு சொல்லிக்கிட்டுப் போனார்கள்.

அவனுக்கென்னய்யா . . . குடுக்கிறதுக்கு. ரெண்டு லோடு பட்டாசு வடக்க ஏத்திட்டான்னா செத்தது லட்சம் . . . யேபாரிமாருக்குத் துட்டுக்கா பஞ்சம் . . ." என்று ஊரில் பேசிக்கொண்டார்கள்.

எந்தக் காயமும் இல்லாமல் தப்பி வந்ததால் மாரியின் வீட்டுக்கும் நூறு ரூபாய்தான் கிடைத்தது. அதில் மாரிக்கு வருத்தம்தான்.

ஆனால் போன வாரம் மந்திரி வந்திருந்தபோது அவனுக்குப் புதுச்சட்டை டவுசர் கிடைத்தது. இரண்டுமே பாலிஸ்டர்தான். அதில் சந்தோஷம். 'ஊர்ப் பங்குனிப் பொங்கலுக்கு போட்டுக்கிடலாம்' என்று அதைப் பத்திரப்படுத்தி வைத்திருக்கிறான். 'காசு பணம் ஒண்ணும் வேண்டாம் சாமி . . . நீ கைகால் சொகத்தோட எங்கூட இருந்தாலே போதுமய்யா . . . என்று ஆத்தாதான் அடிக்கடி அவனைச் சேர்த்துக் கட்டிக்கொண்டு அழுகிறாள்.

இப்ப போட்டா எடுத்த மாதிரியே இதுவரைக்கும் அவனை பத்து போட்டாவாச்சும் எடுத்திருப்பாக. ஆனா ஒருத்தராவது போட்டோவைக் கண்ணிலே காட்டலை. தன் போட்டோவைப் பார்த்துவிட மாரிக்கு ஆசையாய்த்தானிருந்தது. வந்த பேப்பர்காரனெல்லாம் வாரப் பத்திரிகைக்காரனென்று சொன்னார்கள். எப்பிடியும் பாத்திரணும் என்று மட்டும் மனசில் நினைத்துக் கொண்டான்.

இப்போதே வீட்டுக்குப் போக அவனுக்கு மனசில்லை. இப்படியே கொஞ்ச நேரம் மடத்தில் இருந்துவிட்டு அல்லது கிணற்றில் வேட்டுப் போடுவதை வேடிக்கை பார்த்துக் கொண்டிருந்துவிட்டு காட்டுக்குப் போயிக்கிற ஆத்தா திரும்பி வந்த பிறகு போனாப்போதுமென்று நினைத்தான்.

இப்பமே போனா வீட்டிலே ஒத்தையிலே உட்கார்ந் திருக்கணும். ஒத்தையிலிருக்கப் பயமாயிருந்தது. தனியா இருந்தா நடந்ததெல்லாம் திருப்பித் திருப்பி யேவுகத்துக்கு வரும். ஒவ்வொண்ணா மனசில வந்து – அன்னைக்கு நைட் வேலைக்கு டவுனுக்குப் போனது – போற வழியில் சேவு வாங்கித் தின்னது – பயர் ஆபீசில் பாதிவேலையில் எல்லோருக்கும் முந்தி இவனும் காளியும் தூக்குவாளிச் சோத்தை காலி பண்ணினது – கை கழுவ பைப்படிக்குப் போனது – பைப்பின் வாயில் விரலை வைத்து காளி இவன் மேல் தண்ணியைப் பீச்சி அடித்தது – அப்போ – அப்போ – படார் படார்னு தட்டிக்குப் பின்னாலே வெடிச்சத்தமும் கூப்பாடும் கேட்டது – இவர்கள் உள்ளே ஓடினது – புகையும் நெருப்பும் கூக்குரலும் வெடிச்சத்தமும் – 'ச்சேய்' தலையை உதறிக் கொண்டான். அழுகை வந்தது. வீட்டுக்கே போனான். ஆத்தா வருகிற வரைக்கும் வீட்டு வாசலில் கிடந்த உரலில் உட்கார்ந்து காலை ஆட்டிக்கொண்டு கண்டதைக் கடியதை நினைத்துக் கொண்டிருந்தான். ஆத்தா வந்து சோறாக்கி சாப்பிட்டுவிட்டுப் படுத்தார்கள். படுக்கமுன் பூசாரி கொடுத்த விபூதியை மாரியின் நெற்றியிலும் நெஞ்சிலும் தடவிவிட்டு சாமிகும்பிட்டாள் ஆத்தா.

எந்தச் சத்தமுமில்லாமல் அமைதியாயிருந்தது. எங்கும் இருள் கவிந்திருந்தது.

திடீரென காளியப்பன் பைப்பில் விரலை வைத்து மாரியின்மேல் தண்ணியைப் பீச்சியடித்தான். "ஏ . . . சும்மாரு . . . சொன்னாக்கேளு . . . பெறகு நான் ஒம்மேலே எச்சிக்கைய ஒதறிருவேன் சொன்னாக்கேளு தண்ணி அடிக்காதே . . . எச்சியத் துப்பிருவேன்"

ஆனால் காளியப்பன் நிறுத்தவேயில்லை. தண்ணியைப் பீய்ச்சிக் கொண்டேயிருந்தான். மாரி புரண்டு படுத்தான். புகையாய் வந்தது. இருட்டும் புகையும் 'கக்கக்' என்ற இருமலோடு ஓங்காரமான கூப்பாடும் அழுகுரலும் கேட்டது. கழுத்தை ஆறுக்கும்போது அடு கதறுகிற மாதிரி மனிதக் குரல்கள் பயங்கரமாய்க் கேட்டன. மாரி ஓடினான்.

பதைத்தான். பதறியடித்து ஓடித் தவித்தான். திரும்பவும் புரண்டு படுத்தான். எந்தவித தடையுமில்லாத சுத்தமான நீண்ட

ரோட்டில் ஓடிக் கொண்டிருந்த மாரிக்கு திடீரென கை கால்கள் விளங்காமல் போய் தடுமாறி விழுந்தான். எழுந்து பார்த்தான். முடியவில்லை. எதுவோ யாரோ கீழே பிடித்து இழுப்பது தெரிந்தது. உதறினான். முடியவில்லை. உடம்போடு ஒட்டி வந்தது அது – சதைப் பிண்டம். பாதி வெந்தும் வேகாமலும் குதறிப்பழுத்த வெளிறிய சதை. யாரோ வந்து அவனிடமிருந்து அந்த வெந்த பிணத்தை பிய்த்து சதை சதையாக எடுத்து — மாரி பயந்து அலறினான்.

பக்கத்தில் படுத்திருந்த ஆத்தா அலறியடித்து எழுந்து அவனைத் தூக்கி அமர்த்தி உலுக்கி, "அய்யா ... ராசா ... எங்கண்ணு" என்றபடி அவனைக் கட்டிக் கொண்டு தடவிக் கொடுத்தாள். அவன் கண்களை இறுக மூடிக் கொண்டு பல்லைக் கடித்தபடி கை கால்கள் நடுங்க ஸ் ... ஊ ... ஊஊ ... என்று ஊளையிட்டுக் கொண்டிருந்தான். அவனைக் கட்டிக்கொண்டு பத்து வருஷத்துக்கு முன் மஞ்சள் காமாலையில் செத்துப் போன மாரியின் அய்யாவை நினைத்தபடி "தெய்வமே ... என்னை ஏன் இப்படிக் கொல்லுதே ..." என்று கூக்குரலிட்டு அழுதாள் ஆத்தா.

இப்பவெல்லாம் தினம் ராத்திரி இப்படித்தான் நடக்கிறது. கொஞ்ச நாள் போனால் மாரியின் பயம் தெளிந்துவிடும் என்று சொன்னார்கள். அதெல்லாம் போகாதென்றும் சிலர் சொன்னார்கள். ஆரம்பத்தில் அவன் அலறல் கேட்டு பக்கத்து வீட்டுக்காரர்கள் எழுந்து வந்து சித்த நேரம் இருந்து தேற்றிவிட்டுப் போனார்கள். இப்போது அவன் குரல் கேட்டதும் புரண்டு படுத்து தூக்கச் சடவில் "பாவம்" என்று முனகிக் கொண்டார்கள். ஆத்தா தான் பாவம். அவன் நடுங்கி அலறும் போதெல்லாம் விபூதி பூசினாள். புலம்பினாள். அழுதாள். மாரியாத்தாவுக்கு மொட்டை போடுவதாக நேத்திக் கடன் போட்டாள். வேண்டாத சாமியையெல்லாம் வேண்டிக் கொண்டாள். ஒண்ணு ரெண்டு தடவை டவுண் கவர்மெண்டு ஆஸ்பத்திரிக்கும் கூட்டிப் போய் அந்த நர்சுமார்களிடமும் கம்பவுண்டர்மார்களிடமும் வசவு வாங்கிக் கொண்டு திரும்பினார்கள்.

இருப்பினும் இரவைக் கிழித்துக் கொண்டு அவனது ஊளையும், தொடர்ந்த அவளது ஒப்பாரியும் தினமும் கேட்கத்தான் செய்கிறது இன்னும் – அந்த ஊரின் எல்லை வரைகூட அந்தக் குரல்கள் எட்டுவதில்லை என்றாலும்.

(ஏப்ரல், 1982)

26ஆம் பக்கத்து மடிப்பு

மனசில் ஒரு பரபரப்புடன் அந்த ட்ரெங்குப் பெட்டியை பரணிலிருந்து கீழே இறக்கினார். இறக்கும்போதே தூசி கிளம்பி நாசியை அடைத்தது. அறையெங்கும் தூசிப் படலம் பரவியது ‘கச் கச்’ என்று தும்மியபடி அறையை விட்டு வெளியே வந்தார். “அடாடாடாடா சும்மாவும் இருக்க மாட்டேங்கியளே” என்றபடி கையில் கரண்டியுடன் சமையல் கட்டிலிருந்து பார்வதி வந்துவிட்டாள். துண்டால் மூக்கைப் பொத்தி தும்மலை அடக்கியபடி பள்ளிக்கூடத்து பையனைப்போல ரொம்பப் பாவமாக முழித்தார். இந்த முழியைக் கண்டால் உடனே பார்வதியின் மனசு இளகிவிடும். “சரி சரி எக்கேடும் கெட்டுப் போங்க” என்று அத்தோடு விட்டு உடனே திரும்பிவிட்டாள்.

கொஞ்சம் தூசி அடங்கட்டும் என்று ஹாலில் ஈஸிசேரில் சாய்ந்தார். நேற்று சாயந்திரம் தபாலில் மூர்த்தியின்—கிருஷ்ணமூர்த்தியின் கடிதம் வந்திருந்தது. ராத்திரி பூராவும் தூக்கமின்றிப் புரள வைத்தது. எத்தனை வருஷத்துக்குப் பிறகு எழுதியிருக்கிறான். இரவு முழுக்க பழைய நினைவுகள் சரஞ் சரமாய் வந்துகொண்டேயிருந்தன. காலையில் எழும்போது மனசே புதுசாயிருந்தது. குறுகுறுப்பும் நடுக்கமும் லேசான பரபரப்புமாயிருந்தது. எழுந்ததுமே முதல் காரியமாக அந்த ட்ரெங்குப் பெட்டியைத்தான் மனம் நாடியது. இருந்தாலும் மனசை அடக்கிக்கொண்டு குளிக்கப் போனார். சாப்பிடப் போனார். ஆனால் கடிதத்தை ரெண்டு மூணுதரம் எடுத்துப் படிக்காமல் மனசை கட்டுப்படுத்த முடியவில்லை.

. . . சென்ற வாரம் நீ ரிடையராகிவிட்டதாகத் தற்செயலாக கேள்விப்பட்டேன். ஏதோ எல்லாம் முடிவுக்கு வந்து விட்டதாக ஈஸி சேரில் உறைந்து விடாதே. மைடியர் ராஜாமணி, வாழ்க்கை இன்னும் இருக்கிறது. இப்பவாச்சும் ஒருமுறை இங்கு வந்து போ—உன் மனைவியுடன்தான். பிறகு உன் மனைவியுடன்தான் என்று அவன் கடைசியில் ரொம்ப ஞாபகமாய்ச் சேர்த்திருப்பதாகப்பட்டது. அதில் லேசான சிரிப்பு – கேலிச் சிரிப்பும் பின்னால் நிற்கிறது. இத்தனை வருஷமாகியும்கூட இன்னும் அது புதுசாய் உறுத்துகிறது . . .

“மணி . . . மணீய் . . . ராஜாமணி இருக்கானா . . .” உள்ளே நுழையும் போதே பிரியம் தோய்ந்த குரலில் அழைத்தபடி வந்தான் மூர்த்தி. அதற்குள் கண்ணாடி வளையல் சிணுங்கிட பார்வதி வெளிப்பட்டாள். முகம் இறுகியிருந்தது.

“வந்தாச்சா, வாங்க. இப்பதான் சாப்பிட உட்கார்ந்தார். உடனே எழுப்பி விட்டுடறேன் இருங்க.”

என்று மனசில் கூர்மையாகக் குத்தும்படியாகச் சொல்லிவிட்டு முகத்தை வெடுக்கெனத் திருப்பிக்கொண்டு அடுக்களையுள் புகுந்துகொண்டாள். உள்ளே சாப்பிட்டுக்கொண்டிருந்த மணி அவள் பேசிவிட்டதைக் கேட்டு அப்படியே உறைந்து போனான். அதற்கு மேல் ஒரு வாய்கூடச் சாப்பிட முடியவில்லை. வெளியே எழுந்து வருவதற்குள் மூர்த்தி போய்விட்டிருந்தான். மனம் உடைந்தவனாக அறைக்குள் போய் கதவை அடைத்துக்கொண்டான் மணி. இப்படிச் செய்துவிட்டாளே, எப்படி மனசு அவனுக்கு புண் பட்டுப் போயிருப்பானோ, கல்யாணமான நாளிலிருந்தே பார்வதி குமுறிக் கொண்டுதான் இருந்தாள் என்றாலும் இப்படியா கொட்டுவாள். முகத்தை முறித்துப் பேசுகிற வன்மம் ச்சே.

அவள் வந்து கதவை திறக்கச் சொல்லி மன்றாடுவாள் என எதிர்பார்த்தான். ஆனால் அவள் குளித்துத் தலை முழுகி கோவிலுக்குப் போய்விட்டாள். ராத்திரித் தனிமைப் படுக்கையில் கண்டிப்பாக மன்னிப்புக் கேட்பாள் என்று பார்த்தான். அப்படி மன்னிப்புக் கேட்கும்போது ரொம்பக் கறாராகப் பேசிவிட வேண்டியதுதான் என்று இருந்தான். நேரம் கழிந்து கொண்டிருந்தது. ச்சே என்ன மனுஷி இவள். கோபத்தை வெளிக்காட்டும் படியாக அந்தப் பக்கம் திரும்பி விறைப்புடன் படுத்துக்கொண்டான். இவ ஒரு மனுஷியா. தொடக்கூடாது இவளை. செத்தாலும் தொடக் கூடாது. பேசவும் கூடாது. என்ன ஆனாலும் சரி.

ஆனால் இன்றைக்கு வரைக்கும் அவள் மன்னிப்புக் கேட்கவில்லை. மன்னிப்பு இருக்கட்டும். மூர்த்தியை பற்றிய பேச்சே எடுத்ததில்லை. மூன்றாவது பையன் பாரதியின் கல்யாணத்துக்கு, மூர்த்தி வாழ்த்துத்தந்தி அனுப்பியிருந்ததை அவளிடம் சொன்னபோது கூட "அப்பிடியா..." என்று லேசாகச் சொல்லிவிட்டு வேலையைக் கவனிக்கப் போய்விட்டாள்.

ம்ஹ்ம். அன்றைக்கு ராத்திரிப் பொங்கிய கோபத்தையும் விறைப்பையும் பார்வதி பக்கத்தில் படுத்துக் கொண்டு பின்னாலிருந்து கிச்சி கிச்சு மூட்டியும் சேட்டைகள் செய்தும் ஒன்றுமில்லாமல் கரைத்துவிட்டாள். ரொம்பக் கேவலமாயிருக்கிறது இப்ப நினைப்பதற்கு. அறைக்குள் தூசி தணிந்திருந்தது. பெட்டியை திறக்கவும் மறுபடி லேசாக்கிளம்பியது. உள்ளே நோட்டுகளும் புத்தகங்களும் டைரிகளும் பழைய கடிதங்களுமெனப் பழுப்பேறிக் கிடந்தன. நாலைந்து டைரிகளைச் சேர்த்து எடுக்கவும் பொதுபொதுவென தாள் துகள்களும் பொடிபொடியாகிப் போன தூசியுமாக உதிர்ந்து விழுந்தது. இப்படி விட்டுட்டோமே என மனம் பதறியது. ஓரங்களிலெல்லாம் கரையான் அரித்திருந்தது. உயிரினும் மேலாகப் போற்றி வைத்திருந்த பொக்கிஷத்தை இப்படி விட்டுட்டோமே...

...கோபத்தில் உடம்பு ஆடியது. மூச்சிறைத்தது. "அறைஞ் சேன்னா பல்லுகில்லெல்லாம் உதுந்து போகும் ராஸ்கல்"

சின்னவன் பாரதி அப்படியே அரண்டு போய் நின்றான். "நான் இல்லேப்பா... அம்மாதான்..."

அடுக்களையிலிருந்து பார்வதி வந்தாள். இப்பம் என்ன ஆயிட்டுதுன்னு இந்தக் கூப்பாடு போடுறீக என்று கேட்கிற தோரணையில் வந்தாள்.

"இதையெல்லாம் பழைய பேப்பரோட சேர்த்து கடையில போடச் சொன்னியா நீ – ம்?"

"சும்மா இடத்தை அடச்சுகிட்டுக் கிடக்கேன்னு நாந்தாம் போடச் சொன்னேன், என்ன இப்ப – ?" ஓங்கி ஓங்கி தலையில் அடித்துக்கொண்டார். "போங்க அப்பாலே" என்று எல்லோரையும் விரட்டிவிட்டு அவைகளை எடுத்து அலமாரியிலும் மேஜையிலு மாக மறுபடி அடுக்கி வைத்தார்.

ஆனால் மூத்தமகள் கண்ணம்மாவின் கல்யாணம் வந்தபோது மீண்டும் எல்லாவற்றையும் மறந்து பணத்துக்காக அலைந்துகொண்டிருந்தார். தினசரி வெயிலைத் தின்று உதடுகள் வெடிக்க புழுதி அப்பிய கால்களுடன் பணம் புரளாமல் மனம்

சுருண்டு திரும்பிக்கொண்டிருந்தார். அந்தச் சமயம் வீட்டை ஒழித்துத் துப்புரவு செய்து வெள்ளை அடிக்கும் வேலையை பிள்ளைகளைக் கொண்டு தடபுடலாய் நடத்திக்கொண்டிருந்தாள் பார்வதி. மேஜையையும் அலமாரியையும் அடைத்துக்கொண்டிருந்த அந்தப் பழங் குப்பைகளை "அந்த மனுஷன் கூப்பாடு போடுவாரே" என்று அஞ்சி ஒரு பழைய டிரெங்க் பெட்டிக்குள் பத்திரமாக அள்ளிப் போட்டு மூடி பழைய பூட்டு ஒன்றையும் மாட்டி பரண்மேல் போட்டு வைத்தாள். பணத்துக்கு அலைந்து — மண்டபத்துக்கு அலைந்து – சமையல்காரனுக்கு அலைந்து பாத்திரங்களுக்கு அலைந்து என்று ஆலாய்ப் பறந்துகொண்டிருந்த போதும் "சதிகாரி . . . பழைய தகரப் பெட்டிக்குள் அள்ளிப் போட்டு அடைத்துவிட்டாளே" என்று மனசில் ஒரு மூலையில் இருந்து கொண்டுதானிருந்தது. இந்தக் கல்யாண அலைச்சல் எல்லாம் ஓயட்டும். கொஞ்சம் ஒழிந்த நேரத்தில் உட்கார்ந்து எல்லாம் சரி செய்து விடலாம் என நினைத்தார். அப்புறம் எங்கே ஒழிந்தது? மெதுவாகத் தூசு தட்டி ஒரு டைரியைப் பதனமாகப் பிரித்தார் . . . மூர்த்தியைப் போலீஸ் தேடுகிறது. அவன் வீடு மயானம் போலக் கொடூரமான மௌனத்தில் மூழ்கிக் கிடக்கிறது. அவன் அம்மா அழுதுகொண்டே இருக்கிறார்கள். என்ன ஆறுதல் சொல்வதென்று எனக்குத் தெரியவில்லை. வெள்ளைக்காரன்போய் ரெண்டு வருஷம் ஆகிவிட்டாலும் அந்தக் கெடுபிடியும் இறுகின சூழலும் போனது போல போய் திரும்பவும் வந்துவிட்டது. ஆனால் ஜனங்கள் என்னவோ ரொம்ப திருப்தியுடன் இருப்பது போல கிராம போன் பாட்டுக் கேட்டுக்கொண்டும் கூட்டம் கூட்டமாய் டாக்கி சினிமா பார்த்துக்கொண்டும் நிம்மதியாய் இருக்கிறார்கள். அப்பா ரொம்பவும் என்னைக் கண்காணிக்கிறார். அந்த மூர்த்திப் பையனோட போகாதே என்று அம்மா நித்தமும் எச்சரிக்கிறாள். மூர்த்தி . . . நீ எங்கேடா இருக்கே? எங்கிட்ட கூட சொல்லாம போயிட்டே . . .

அவர்கள் ரெண்டுபேரும் உயிர்த் தோழர்களாக இருந்தாலும் ரெண்டுபேரின் குடும்ப சூழ்நிலையும் மனநிலையும் வேறுவேறு. அது ஒரு தறுதலை என்று மூர்த்தியின் அப்பா அவனை எப்பவோ கை கழுவி விட்டிருந்தார். ஆனால் மணியின் அப்பா அப்படியல்ல. மிகப் பெரிய நம்பிக்கைகளை அவன்மீது வைத்திருந்தார்.

"இருக்கிற வேலையைக் காப்பாத்திக்காம ஏண்டா இப்படி அலையிறே" என்கிற மூர்த்தியின் அம்மாவைக்கூட 'ப்ச்சு' என்று லேசாய் அவனால் ஒதுக்கிவிட முடியும். ஆனால் மணிக்கு அப்படி முடியாது. அதிர்ந்து பேசக் கூடத் தெரியாது. ஒருத்தர் மனம் வருந்தும்படி நடந்துகொள்ள முடியவே முடியாது. மூர்த்தியைப்

போலீஸ் தேடுவதாகக் கேள்விப்பட்ட மறுநாளே மணியின் அப்பா பெண் பார்க்க ஆரம்பித்துவிட்டார். அடுத்த மாதமே பட்டுப்புடவை சரசரக்க மெட்டி ஒலி இசைக்க கையில் பால் தம்பளருடன் பார்வதி வந்துவிட்டாள்.

. . .ஜெயிலிலிருந்து மூர்த்தி வந்துவிட்டான். நேரே என்னைப் பார்க்கத்தான் வந்தான். ரொம்ப மெலிந்துவிட்டான். முகமெல்லாம் தாடி. ஆனால் கண்களும் முகமும் முன்னைவிடவும் பிரகாசமாய் – பேச்சு முன்னைவிடவும் உற்சாகமாய் இருக்கிறான். கவிதைக்கு முழுக்குப் போட்டுவிட்டு நேரடி அரசியலில் குதிக்கப் போவதாகச் சொல்கிறான். அவன் செய்வான். எதிலும் சீக்கிரம் முடிவெடுக்கவும் அதை செயல்படுத்தவும் அவனால் முடியும். சிறையில் இருந்த இந்த நாலு மாதத்தில் சந்தித்துப் பழகிய பெரிய பெரிய தலைவர்களையெல்லாம் தோழர் எஸ்.பி., தோழர் கே.வி. என்று ரொம்ப உரிமையுடன் குறிப்பிட்டுப் பேசினான். எனக்குப் பொறாமையாக இருந்தது. பேசிக் கொண்டிருந்தபோது பார்வதி இருவருக்கும் காபி கொண்டுவந்தாள். பேச்சை நிறுத்திவிட்டு அவன் அர்த்தமுடன் என்னைப் பார்த்துச் சிரித்தான். கேள்விப்பட்டேன் என்று சொல்லிவிட்டு என் முதுகை செல்லமாகத் தட்டினான். எனக்கு உடம்பெல்லாம் கூசிற்று. உயர்ந்த லட்சியங்களுக்காக நிற்கும் அவன் எங்கே? நான் எங்கே?

அன்றைக்கு மூர்த்தி போனதும் மணியை அப்பா கூப்பிட்டு ரகசியமாகச் சொன்னார். " . . . அப்பிடி பலதையும் மனசில வச்சித்தான் சொல்றேன். அவன் சகவாசத்தை இன்னியோட விட்டுடு. உனக்குன்னு குடும்பம் வந்தாச்சி. உன்னை நம்பி ஒரு உயிர் இருக்கு." அவர் சொன்ன விஷயத்தைவிட அவர் சொன்ன விதம் – தவிர சின்ன வயசிலிருந்தே கஷ்டங்களில் உழன்று மெலிந்து வற்றிய உடம்பும் முகமும் – அருகாமையில் நின்று ரொம்ப அக்கறையுடனும் வாஞ்சையுடனும் குரலில் ஒருவித நடுக்கத்துடனும் அவர் சொன்னபோது அவனால் எதையும் மறுத்துப் பேச முடியவில்லை.

ஆனால் மறுநாள் சாயந்திரம் "மணீ . . . மணி இருக்கானா . . ." என்று மூர்த்தி வந்தபோது மறு பேச்சுப் பேசாமல் சட்டையை மாட்டியும் மாட்டாத படிக்கே உற்சாகத்துடன் வெளியே கிளம்பிவிட்டான். உயர்ந்த லட்சியங்களின் – உயர்ந்த எண்ணங் களின் – மகத்தான உணர்வுகளின் சின்னமாக மூர்த்தி, மணியின் நெஞ்சில் நின்றான்.

"மணி இந்தத் தலைவர்கள் மேலே எவ்வளவு நம்பிக்கை வச்சிருக்காங்க நம் ஜனங்க. கயவாளித்தனம் பண்றாங்களேடா

ச. தமிழ்ச்செல்வன்

... ஜனங்களுக்கு நம்பிக்கைத் துரோகம் பண்றாங்களேடா பாவிங்க ..."

தினசரி ராப்பாடி மாதிரி நேர காலம் இல்லாமல் மூர்த்தியோடு ரயில்வே ஸ்டேஷன் சிமிண்டு பெஞ்சிலும் அங்கும் இங்கும் என பேசிக்கொண்டிருந்துவிட்டு வந்து கதவைத் தட்டுவது பற்றி பார்வதி நித்தமும் வழக்குப் பண்ணினாள். அழுதாள். குமுறினாள். வெறுத்துப் பேசினாள். என்னை ஏன் கட்டிக்கிட்டே தாலியை அறுத்து வீட்டுக்கு அனுப்பு என்றாள். இதுபற்றி மூர்த்தியுடன் பேச வேண்டும் என தினமும் நினைப்பான். ஆனால் அவனிடம் பேச ஆரம்பித்ததும் "இதெல்லாம் நாட்டில் ஒரு பிரச்சனையா" என்று தோன்றிவிடும். ஆனால் பார்வதி உயிரைக் கொடுத்துப் போராடிக்கொண்டிருந்தாள். அவளுக்கு இது வாழ்வா சாவா என்கிற பிரச்சனை என்று எப்படியோ பிடிபட்டிருந்தது. "நாங்க சொல்றதெல்லாம் சொல்லிப் பார்த்துட்டோம். இனி உன்பாடு உன் புருசன்பாடு" என்று மணியின் அப்பா அம்மாவும் வேறு இது ரொம்பப் பெரிய சிக்கல் போல அவளைப் பயமுறுத்தி வைத்திருந்தார்கள். எனவே அவள் ரொம்பத் தீவிரமாகச் சண்டை போட்டாள். தனக்குப் போட்டியாக வந்திருக்கும் எதிரிகளாகவே மூர்த்தியையும் புத்தகக் குப்பைகளையும் நினைத்தாள். தன் ஒவ்வொரு அசைவையும் ஒவ்வொரு வார்த்தையையும் மணியைத் தன் வசப்படுத்துவதற்காகவே பயன்படுத்தினாள்.

மணி,

உன் கடிதம் எனக்கு வருத்தமளிக்கிறது. உன் மனைவி அன்று என்னை விரட்டிவிட்டது குறித்து ரொம்பவும் மனம் உடைந்து எழுதியிருக்கிறாய். அது ஏன்? உன்னை எனக்குத் தெரியாதாடா? நான் இங்கு வந்து குடியேறிவிட்டேன். இனி இதுதான் என் இடம். அடிக்கடி கடிதம் எழுது. அடிக்கடி வந்துபோ. உன் மனைவியுடன் நம் விஷயங்கள் பற்றி நிறைய பேசு. நாம் பேசுகிற – படிக்கிற – எழுதுகிற – செய்கிற விஷயங்கள் எல்லாம் ரொம்ப உயர்வானவை. சுவாசிக்கும் காற்றைப் போல நமக்கு ரொம்ப அவசியமானவை என்று அவர்களைப் புரிந்து கொள்ளச் செய். இல்லாது போனால் நரகம்தான் ...

ரொம்பச் சரியாக மூர்த்தி எழுதியிருந்தான். அப்புறம் கடிதம் எழுதக் கூட முடியாது போய்விட்டது அவனுக்கு. மணிக்கும்தான்.

● தினமும் ஒரே வட்டப் பாதையில் ஓடிச் சலிக்கிற வாழ்க்கையாய் இருக்கிறது. ராத்திரிப் படிப்பு என்பது அறவே போச்சு. தூக்கம். தூக்கம் ...

வெயிலோடு போய்... 99

● இன்று காலை 9 மணிக்கே ஆபீஸ் போய்விட்டேன். வருடாந்திர இன்ஸ்பெக்ஷன் இன்று. பரீட்சைக்குப் போகிற மனநிலைதான் இன்று பூராவும். வேலையில் குற்றம் ஒன்றும் கண்டுபிடிக்கவில்லை என்றாலும் ஆபிஸர் பாராட்டுதலாக ஒரு வார்த்தை கூட சொல்லாமல் போனது வருத்தம்தான்.

மகள் கண்ணம்மா பெரிய மனுஷியாகி விட்டாள். ஒன்றுமே புரியவில்லை. வாழ்க்கை இப்படி ஓடிக்கொண்டிருக்கிறது. அவளுக்கு தலைக்குத் தண்ணீர்விட எல்லோரும் வந்திருக்கும்போது பார்வதி வயிற்றைத் தள்ளிக்கொண்டு அங்கும் இங்கும் அலைந்தது எனக்கு ரொம்பக் கூச்சமாக இருந்தது. இதுதான் கடைசி என்று மனசில் உறுதி செய்துகொண்டேன்.

● மூன்றாவதாக பையன் நேற்று சுகமாய்ப் பிறந்துவிட்டான். என்னை அப்படியே உரித்து வைத்ததுபோல இருக்கிறான். பாரதியின் பெயர்தான் அவனுக்கு. இந்த முறை ஆணாக இருந்தாலும் பெண்ணாக இருந்தாலும் பாரதிதான் பெயர் என்று முன்பே முடிவு செய்திருந்தேன்.

● இன்று சரியான மழை. நனைந்துகொண்டே வீடு வந்தது. மூக்கு அடைத்துக் கொண்டு மூச்சு இறைக்கிறது.

● சேலை – 3

ஜம்பர் – 4

சராய் – 2

சி.சர்ட் – 6

அண்டிராயர் – 2

தாவணி – 3.

குற்ற உணர்வு மனசைக் கவ்வ அத்துடன் டைரிகளை ஒதுக்கிவிட்டு கவிதை நோட்டுகளை எடுத்தார். முழங்கால் மூட்டில் வலி கண்டது. இவ்வளவு நேரம் மடக்கியே இருந்ததில் பிடித்துக்கொண்டது. நீவிவிட்டபடி கவிதைகளைப் புரட்டினார்.

பிரசுரமாகிய சில கவிதைகள், பிரசுரமாகாத கவிதைகள். நூற்றுக் கணக்கில் சுத்தமான கையெழுத்தில். பக்கங்கள் புரண்டன. புரளப்புரள காலமும் புரண்டது. மனம் பலப்பலவான உணர்வுகளில் ஆட்பட்டுத் தவித்தது. கவிதைகள் மட்டுமின்றி கவிதைப் பாணியிலான கோஷங்களும் நிறைய இருந்தன. உணர்ச்சிக் கொந்தளிப்பாய் வெடித்த கவிதைகளும் கோஷங்களும்

"கீழைப்பறவைகள் சிறகுகளசைத்தன
செக்கர் வானில் கதிரவன் உதித்தான்

நோக்குக நோக்குக
நிமிர்ந்து நேராய் நெஞ்சினையுயர்த்தி
ஒளி மிகு விடியலை நோக்குக நோக்குக
பனிக்குகை இருட்டு விலங்குகள் தகர்ந்தன
தீயை அணிவோம் தீயை அணிவோம்
... ...

March on. March on. லெப்ட் ரைட் லெப்ட் ரைட். தீம் தக தீம்தக. இப்போது தான் எழுதி முடித்த கவிதையை வாசிப்பது போல திரும்பத் திரும்ப உணர்ச்சியுடனும் பாவத்துடனும் உரக்கச் சத்தமிட்டு வாசித்தார். அவர் அறியாமலேயே வலது கை முஷ்டி முறுகியது.

* ...அந்தக் கவிதையை மணி எழுதி முடித்தபோது இரவு ரொம்ப நேரமாகிவிட்டிருந்தது. கீச் கீச் என்ற பூச்சிகளின் ஓசையன்றி வேறு சத்தமில்லை. கவிதையை எழுதி முடித்ததும்கூட மனசில் பொங்கிய உணர்வலைகள் அடங்கவில்லை. அந்தக் கவிதை போதவில்லை. எழுந்து அறையில் அங்கும் இங்குமாக ஒரு படை வீரனைப் போல அந்த கோஷங்களைச் சொல்லியபடி மிதித்து நொறுக்கிக்கொண்டு நடந்தான்.

அன்றைக்கு மாலையில் இருட்டுகிற நேரத்தில்தான் ரொம்ப பரபரப்புடன் மூர்த்தி மூச்சிறைக்க ஓடிவந்து மணியிடம் சொன்னான். கப்பல் படையில் புரட்சி வெடித்துவிட்டது. பம்பாய் துறை முகத்தில் நமது வீரர்களின் பீரங்கிகள் வெள்ளைக்காரனை அடித்துத் தகர்த்துக் கொண்டிருக்கின்றன. நகரங்கள் தோறும் வேலை நிறுத்தங்களும் பிரம்மாண்டமான பேரணிகளும் ஆர்ப்பாட்டங்களும் முழங்கிக்கொண்டிருக்கின்றன.

மூர்த்தி சொல்லி முடிப்பதற்குள் அடக்க முடியாத சிரிப்பு, நெஞ்சு வெடித்துவிடும் போல இடியெனக் கிளம்பியது. ஹாஹ ஹாஹ ஹாஹா என்று கண்ணில் நீர் வழியச் சிரித்தார்கள். என்னமோ ஏதோ என்று பயந்து போய் மணியின் அப்பாவும் அம்மாவும் அறைக்கு ஓடிவந்தார்கள். 'கபக்' என்று சிரிப்பை அடக்கிக் கொண்டு கண்களில் சிரிப்பு பீறிட ஒருத்தரை ஒருத்தர் பார்த்துக்கொண்டனர். உடனே மூர்த்தியின் மாடிக்குக் கிளம்பினார்கள். இச்செய்தியை கனல் கக்கும் கவிதை வரிகளாக மாற்றி மணி நடந்துகொண்டே சொல்லச் சொல்ல சிகப்பு மையினால் வெள்ளைத் தாளில் – சுவரில் ஒட்டுவதற்காக – மூர்த்தியும் மற்ற தோழர்களும் எழுதித் தள்ளினார்கள். அதே வேகத்தோடு பசை வாளியைத் தூக்கிக்கொண்டு இருட்டில் பதுங்கிப் பதுங்கி தானாக்காரன் பார்வையில் படாமல் வேக வேகமாய் போஸ்டர்களை ஊரெங்கும் ஒட்டிவிட்டு – எல்லோரும் கடைசியாக ஒரு பீடி அடித்துவிட்டு – நாளை ஊர்வலத்திற்கு

ஏற்பாடு செய்ய முடிவு செய்து பிரிந்தார்கள். அப்புறம் – அறைக்கு வந்த பிறகும் பொங்கி வந்த உணர்வுகள் அடங்காமல் தீம்தக தீம்தக என்று மனம் குதித்துக் கொண்டிருந்தது மணிக்கு.

ஊர்வலத்திற்கு கோஷங்கள் எழுதி முடித்த பிறகும் நாடி நரம்புகளெங்கும் மின்னல் பாய்ந்து கொண்டிருந்தது . . ."

* எவ்வளவு நாள் போச்சு! எவ்வளவு நாள் போச்சு என்று மனம் பதறப்பதற பக்கங்களைப் புரட்டினார், எத்தனை உணர்ச்சிகரமான மணியை இப்படித் தூசுபடிய – பழுப்பேறித் துகளாகத் தகரப் பெட்டியில் போட்டுப் பூட்டிவிட்டான். மணி . . . என் இளம் கவிஞனே என மனம் அரற்றியது.

டிரங்குப் பெட்டியை முழு மூச்சாகக் குடைத்தபோது எல்லாத்துக்கும் அடியில் இன்னும் புத்தம் புதுசாக ஒரு புத்தகம் கிடந்தது. மூர்த்தியின் கவிதைத் தொகுப்பு. "பாரதியைப் போல வீறு கொண்டு எழப்போகும் என் உயிர்த்தோழன் ராஜாமணிக்கு" என்று முதற் பக்கத்தில் சமர்ப்பணம் செய்திருந்தான். கூடவே சிறு கடிதம். – என்னை அவ்வப்போது கவிதை எழுதத் தூண்டி உணர்வூட்டியது நீதான். சில தேவைகள் கருதி நான் எழுதியவற்றைத் தொகுப்பாக்கியிருக்கிறேன். இத்தொகுப்பு உன்னை மீண்டும் எழுத்துக்கு இழுத்துவர ஒரு தூண்டு கோலாக அமைய வேண்டும். அதுவே என் மகிழ்ச்சி. மணி – என் உயிர் நண்பனே. நீ எத்தனை பெரிய கவிஞன். ஒரு புயற்பறவை சிறகொடுக்கி அடுப்படியில் குளிர்காய எப்படிடா முடியும்? உடனே – இப்பவே அவனுக்கு பதில் எழுத மனம் துடித்தது. மூர்த்தி – நான் எழுதுகிறேன். நிச்சயம் எழுதுகிறேன். ஆனால் . . . விரல்கள் கவிதைத் தொகுப்பின் பக்கங்களைப் புரட்டின. படபடக்கும் நெஞ்சுடன் ஒவ்வொரு கவிதையையும் மூர்த்தி எழுதியபோது நிகழ்ந்த சம்பவங்களை நினைவு கூர்ந்தபடி வாசித்துக் கொண்டிருந்தபோது – 26ஆம் பக்கத்து முனையில் ஒரு ஞாபக மடிப்பு.

சுரீரென நினைவில் தட்டியது. மணி உட்கார்ந்து படித்த கடைசி புத்தகம் அதுதான். அதை வாசித்துக் கொண்டிருக்கும்போது வெளித்திண்ணையில் ஏறி விழுந்து சின்னவன் பாரதி மண்டையை உடைத்துக்கொண்டு அலறினான். "உங்க கிட்டயா மனுஷன் படிக்க–" என்று கடும் எரிச்சலுடன் அந்தப் பக்கத்துமுனையை மடித்து மூடிவைத்துவிட்டு வாசலுக்கு ஓடியது.

இப்பவும் அதே 26ஆம் பக்கம்! பார்வதி அழைக்கிறாள். "எத்தனை தரம்தான் கூப்பாடு போடறது. வந்து சாப்பிட்டு போயித்தான் அதைப் புரட்டுங்களேன்." அதே மடிப்பை

திரும்பவும் மூடி வைத்துவிட்டு அவசரமாக எழுந்து போய் சாப்பிட்டார். ஆனால் வழக்கமான நிதானத்துடன் அல்ல. முன்பு மூர்த்தியைச் சந்திப்பதற்காக ஓடும்போது அந்த மணி சாப்பிடுவானே அப்படி உட்கார்ந்தும் உட்காராமல் உருட்டி உருட்டி நாலுவாய் எறிந்துவிட்டு மறுபடி அறைக்கு ஓடிவந்தார்.

கவிதைத் தொகுதியை எடுத்து மடியில் விரித்து அன்றைக்கு மடித்த 26ஆம் பக்கத்து மடிப்பை – ஆழமாய் விழுந்துவிட்ட மடிப்பை – நிமிர்த்துவிட்டு அந்தப் பக்கத்தை வாஞ்சையுடன் – கண்ணில் நீர்பனிக்க – நீவி நீவிவிட்டபோது பதற்றத்தில் விரல்கள் நடுங்கின.

(ஆகஸ்ட், 1985)